உறங்கும் அழகிகளின் இல்லம்

உறங்கும் அழகிகளின் இல்லம்

யசுனாரி கவபட்டா

தமிழில்

அரிசங்கர்

எதிர் வெளியீடு

உறங்கும் அழகிகளின் இல்லம்
யசுனாரி கவபட்டா
தமிழில்: அரிசங்கர்

முதல் பதிப்பு: ஜனவரி 2025
இரண்டாம் பதிப்பு: அக்டோபர் 2025

எதிர் வெளியீடு,
96, நியூ ஸ்கீம் ரோடு, பொள்ளாச்சி – 642 002
தொலைபேசி: 04259 226012, 99425 11302

விலை: ரூ. 220

Urankum Alakikalin Illam
House of the Sleeping Beauties
Yasunari Kawabata
Translated by Harisankar

NEMURERU BIJO
Copyright © 1960, The Heirs of Yasunari Kawabata.
All rights reserved
First Edition: January 2025
Second Edition: October 2025

Published by
Ethir Veliyeedu, 96, New Scheme Road, Pollachi – 2
email: ethirveliyedu@gmail.com
www.ethirveliyeedu.com

ISBN: 978-93-48598-05-9
Cover Design: Negizhan
Printed at Jothy Enterprises, Chennai.

All rights reserved. No part of this book may be reprinted or reproduced or utilised in any form or by any electronic, mechanical or other means, now known or hereafter invented, including photocopying and recording, or in any information storage or retrieval system, without permission in writing from the publisher.

யசுனாரி கவபட்டா (1899–1972)

ஜப்பானிய இலக்கியத்தில் முக்கியமான ஆளுமையாகக் கருதப்படும் எழுத்தாளர். நாவல்கள் மற்றும் சிறுகதைகளில் தன்னுடைய பங்களிப்பைச் செய்திருக்கிறார். 1968ஆம் ஆண்டு இலக்கியத்திற்கான நோபல் பரிசு பெற்றார். 1972இல் தற்கொலை செய்துகொண்டார். இவரது நெருங்கிய நண்பரும் எழுத்தாளருமான யுகியோ மிஷிமாவின் தற்கொலை ஏற்படுத்திய அதிர்ச்சியின் காரணமாகத்தான் இவரும் தற்கொலை செய்துகொண்டார் என்று சொல்லப்படுகிறது. கவபட்டாவின் முக்கியமான புத்தகங்கள்: *The Rainbow, House of the sleeping beauties, Thousand Cranes, Beauty and Sadness.* இவரின் பல படைப்புகள் திரைப்படங்களாகவும் வந்திருக்கின்றன.

அரிசங்கர் (1987)
மொழிபெயர்ப்பாளர்

புதுச்சேரியைச் சேர்ந்தவர். இதுவரை *பதிலடி, ஏமாளி, உடல், சப்தங்கள்* ஆகிய சிறுகதைத் தொகுப்புகளும், *மாயப்படகு* (சிறுவர் நாவல்), *பக்கார்டி* (குறுநாவல்கள்), *பாரிஸ், உண்மைகள் பொய்கள் கற்பனைகள், மாகே கஃபே* ஆகிய நாவல்களும் வெளிவந்துள்ளன. இது இவரது முதல் மொழிபெயர்ப்பு நூல்.

மொழிபெயர்ப்பாளர் உரை

'உறங்கும் அழகிகளின் இல்லம்' என்ற இந்தப் புகழ்பெற்ற ஜப்பானிய நாவல் நோபல் பரிசு பெற்ற எழுத்தாளர் யசுனாரி கவபட்டா அவர்களால் எழுதப்பட்டு 1961ஆம் ஆண்டு வெளிவந்தது. வெறும் ஐந்து இரவுகளில் மட்டுமே நிகழும் ஒரு கதையாக இது இருந்தாலும், ஒரு தனிப்பட்ட மனிதனின் முழு வாழ்க்கையையும் கேள்விக்குட்படுத்துகிறது.

வயதாகி இயங்க முடியாத முதியவர்களின் ஏக்கங்களையும், நிராசைகளையும் தீர்த்துக்கொள்ள அவர்கள் என்னவெல்லாம் செய்வார்கள். இந்தியச் சூழலில் அதற்கான வாய்ப்புகள் மிகக் குறைவாகவே உள்ளது. நான் சொல்வது வசதி வாய்ப்பில்லாத நடுத்தர அடிமட்ட மக்களுக்குப் பொருந்தும். ஆனால், வறுமையான நாடுகளில் கூட பெரும் பணக்காரர்களுக்குப் பல வாய்ப்புகள் இருக்கத்தான் செய்கிறது.

எகுச்சி என்ற முதியவர் குறிப்பிட்ட இடைவெளியில் ஐந்து இரவுகள் ஒரு விடுதியில் உள்ள நிர்வாணமாக உறங்க வைக்கப்பட்ட வெவ்வேறு கன்னிப்பெண்களுடன் அவரும் நிர்வாணமாக உறங்குவதற்காகச் செல்கிறார். முதுமையின் இயலாமையில் எகுச்சி தத்தளித்துக்கொண்டிருக்க, அவருக்கு அருகில் உறங்கிக்கொண்டிருக்கும் பெண்கள் அவருக்குள் பல கேள்விகள் எழுப்புகிறார்கள். அவருக்குள் ஒளிந்துகொண்டிருக்கும் கசப்புகளை வெளிப்படுத்துகிறார்கள். அவரது பல்வேறு நினைவுகளைக் கிளறிவிடுகிறார்கள்.

ஒவ்வொரு அழகியும் அவரது இளமைக் காலத்தின் பாலியல் அனுபவங்களை அவருக்கு மீட்டுருவாக்குகிறார்கள். ஒவ்வொரு முறையும் முதியவர் முதலில் உறக்கம் வராமலும் பிறகு கெட்ட கனவுகளிலும் அவதிப்படுகிறார்.

இந்த மொத்த நாவலுமே சிறுசிறு நினைவுகளாக அதுவும் முழுமையாக இல்லாமல் பல்வேறு திறப்புகளோடு துண்டுத் துண்டாக எழுதப்பட்டுள்ளது. பல இடங்களில் வாசித்துக்கொண்டிருப்பது நிகழ்காலமா அல்லது நினைவுக்குறிப்புகளா என்ற குழப்பத்தில் ஆழ்த்துகிறது. ஆனால், அதை நீடிக்கவிடாமல் அடுத்து சில வரிகளிலேயே அதைத் தெளிவுபடுத்திவிடுகிறார் கவபட்டா. இந்த உத்தி நாவல் முழுவதும் பயன்படுத்தப்பட்டுள்ளது. இது இந்த நாவலுக்குப் பல இடங்களில் சுவாரஸ்யத்தைக் கூட்டுகிறது. நாவல் முழுக்கவே காமம் ஓர் இழையாகப் பின்னிப்பிணைந்துள்ளது.

இந்த நாவலை மொழிபெயர்ப்பதற்கான உந்துதல் என்னுடைய 'காட்சி துகள்கள்' சிறுகதையை வாசித்துவிட்டு நண்பர் ஒருவர் என்னிடம் பேசிக்கொண்டிருந்தபோது, பேச்சுவாக்கில் இந்த நாவலைப் பற்றிச் சொன்னதாக ஞாபகம். என்னுடைய அந்தச் சிறுகதையின் மைய சரடும், இந்த மொத்த நாவலின் களமும் கிட்டத்தட்ட ஒன்றுதான். உடனே அந்த நாவலை வாங்கிவிட்டேன். வாசித்து முடிக்கக் கொஞ்சநேரம் எடுத்துக்கொண்டாலும், முடித்தவுடன் அது அப்படியே தங்கிவிட்டது. 'மாகே கஃபே' நாவல் எழுதி முடித்துவிட்டபிறகு பல்வேறு யோசனைகள் மற்றும் நண்பர்களுடனான ஆலோசனைகளுக்குப் பிறகு மொழிபெயர்க்கலாம் என்ற எண்ணம் எழுந்தது.

தமிழ் இலக்கியச் சூழலில் ஜப்பானிய இலக்கியம் பல பத்தாண்டுகளுக்கு முன்பே நன்கு அறிமுகமாகிவிட்டது. யசுனாரி கவபட்டா இலக்கியச் சூழலில் நன்கு அறிமுகமான

ஒரு படைப்பாளி. அவருடைய புகழ்பெற்ற நாவலைத் தமிழில் மொழிபெயர்ப்பது எவ்வளவு மகிழ்ச்சியளிக்கிறதோ அதைவிட அதிக அளவு பயத்தையும் ஏற்படுத்தியது. அதையெல்லாம் தாண்டி 'செய்துதான் பார்ப்போமே' என்ற துணிச்சல் எழுந்தது உண்மையில் எனக்கு ஆச்சர்யமான ஒன்றுதான். இந்த நாவலில் மொழிபெயர்ப்பில் உதவிய என் மனைவி ஸ்ரீதேவி அவர்களுக்கும், நண்பர் மொழிபெயர்ப்பாளர் விஜி அவர்களுக்கும், அன்பு அண்ணன் கார்த்திகைப் பாண்டியன் அவர்களுக்கும் எனது மனமார்ந்த நன்றி. எப்போதும் உடன் இருக்கும் சகோதரர், மொழிபெயர்க்க வாய்ப்பளித்து இந்த நாவலை வெளியிடும் பதிப்பாளர் எதிர் வெளியீடு அனுஷ் அவர்களுக்கு என் மனமார்ந்த நன்றி.

அரிசங்கர்
29/11/2024

ஃபெஞ்சல் புயலுக்காகக் காத்துக்கொண்டிருந்த மின்சாரமில்லாத இரவில்.

1

விரும்பத்தகாத எந்தவொரு செயலையும் அவர் செய்யக்கூடாது என்று விடுதியைச் சேர்ந்த பெண், முதியவர் எகுச்சியை எச்சரித்தாள். அவர் உறங்கிக்கொண்டிருக்கும் பெண்ணின் வாயிற்குள் தனது விரலை விடக்கூடாது என்றும் மேலும் அதுமாதிரியான வேறு எதையும் முயற்சி செய்யக்கூடாது என்றாள்.

அங்கிருந்த அந்த அறை, பன்னிரண்டு சதுர அடி இருக்கும், அடுத்தடுத்த அறைகளும் அவ்வாறே இருக்கலாம். ஆனால், முதல் தளத்தில் எந்த அறைகளும் இல்லை. அத்துடன், கீழ்த்தளத்திலிருந்த அறைகளில் விருந்தினர்கள் அனுமதிக்கப்படவில்லை. அந்த விடுதியில் அந்த இடமே அச்சமூட்டும்விதமாக இருந்தது. அநேகமாக அதன் ரகசியத்தன்மை காரணமாக யாரையும் அனுமதிக்காமல் இருக்கலாம். அதன் நுழைவாயிலில் எந்தவிதமான அறிவிப்புப் பலகையும் இல்லை. அனைத்தும் அமைதியாக இருந்தது. பூட்டப்பட்டிருந்த நுழைவாயில் வழியாக அனுமதிக்கப்பட்டதிலிருந்து, முதியவர் எகுச்சி தன்னிடம் தற்போது பேசிக்கொண்டிருக்கும் இந்தப் பெண்மணியை மட்டுமே பார்த்திருந்தார். இது அவருடைய முதல் வருகை. அவள் அந்த இடத்தில் பணிபுரிகிறாளா அல்லது அவள் தான் அந்த இடத்தின் உரிமையாளரா என்று தெரியவில்லை. அதைக் கேட்காமல் இருப்பதே நல்லதென்று தோன்றியது.

உருவத்தில் சிறியவளாக இருந்தாலும் அவள் தன் நாற்பதுகளின் மத்தியில் இருந்தாள். அவள் குரல் இளமையாக இருந்தது. மேலும், குறிப்பாக அவளுடைய அமைதியான நிலையான தன்மை ஒருவேளை அவளாகவே உருவாக்கிக்கொண்டதாக இருக்கலாம். அவளது மெல்லிய உதடுகள் அரிதாகவே அவள் பேசும்போது மட்டும் பிரிந்தன. அவள் அடிக்கடி எகுச்சியைப் பார்ப்பதைத் தவிர்த்தாள். அந்த இருண்ட கண்களில் ஏதோ இருந்தது. பாதுகாப்புக் கருதி அவள் அதைத் தாழ்த்திக் கொண்டிருக்கலாம். மேலும், அவள் அமைதியானவளாக இருந்தாள். அவள் வெண்கலக் கப்பில் இரும்பு கெட்டிலைக் கொண்டு தேநீர் தயாரித்தாள். தேயிலை மற்றும் அதைக் காய்ச்சுவதிலிருந்த தரம் வியக்கத்தக்க வகையில் நன்றாக இருந்தது. அந்த இடமும் சூழலும் முதியவர் எகுச்சிக்கு நிம்மதியை அளித்தது. கவாய் குயோகுடோவின், அநேகமாக மறுவுறுவாக்கப்பட்ட, ஒரு மலைக் கிராமத்தின் இலையுதிர் காலத்தை விவரிக்கும் ஓவியம் சுவரில் தொங்கிக்கொண்டிருந்தது. அதைத் தவிர அந்த அறையில் எந்தவொரு ரகசியமும் இருந்ததாகத் தெரியவில்லை.

"உறக்கத்திலிருந்து எழுப்ப முயல வேண்டாம். நீங்கள் என்ன செய்தாலும் உங்களால் அது முடியாது. அவள் நன்றாக உறங்கிக்கொண்டிருக்கிறாள். அவளுக்கு எதுவுமே தெரியாது" என அந்தப் பெண்மணி மீண்டும் சொன்னாள். "அவள் உறங்கிக்கொண்டேயிருப்பாள் அத்துடன் ஆரம்பம் முதல் இறுதிவரை அவளுக்கு எதுவும் தெரியாது. அவளுடன் யார் இருந்தார் என்பது உட்பட. நீங்கள் கவலைகொள்ள வேண்டாம்."

எகுச்சி, தனக்குள் எழுந்த எந்தவொரு சந்தேகத்தையும் வெளிப்படுத்தவில்லை.

"அவள் மிகவும் அழகான பெண். எனக்கு நம்பிக்கையளிக்கக் கூடிய விருந்தினர்களை மட்டுமே அவளிடம் அழைத்துச் செல்வேன்."

எகுச்சி தன் கண்களை விலக்கி தனது கைக் கடிகாரத்தைப் பார்த்தார்.

"இப்போது நேரம் என்ன?

"பதினொன்றாகக் கால் மணிநேரம் இருக்கிறது."

"நானும் அவ்வாறே நினைத்தேன். நீங்கள் தயாராக இருந்தால், விரைவாகப் படுக்கைக்குச் சென்று, காலை விரைவாகக் கண் விழிக்க விரும்புகிறேன்."

அப்பெண்மணி இருக்கையிலிருந்து எழுந்து அடுத்து இருந்த அறையின் கதவைத் திறந்தாள். அவள் தனது இடது கையைப் பயன்படுத்தினாள். அந்தச் செய்கையில் குறிப்பிட்டுச் சொல்ல வேறு எதுவும் இருக்கவில்லை, ஆனால், எகுச்சி அவளைப் பார்த்து பெருமூச்சு விட்டார். அவள் மற்ற அறைகளைப் பார்வையிட்டாள். அவள் அந்த அறையைப் பார்வையிட்ட போது எந்தச் சந்தேகமும் எழவில்லை, மேலும் எகுச்சியை நோக்கித் திரும்பியதிலும் ஆச்சர்யப்படும் வகையில் எதுவும் இருப்பதாகத் தெரியவில்லை. ஆனாலும் அவருக்கு விசித்திரமாகத் தோன்றியது. அவளுடைய அரைக் கச்சை முடிச்சில் ஒரு பெரிய, விசித்திரமான பறவை இருந்தது. அது எந்த இனப் பறவை என அவருக்குத் தெரியவில்லை. ஒரு வடிவமைக்கப்பட்ட பறவையின்மீது ஏன் இவ்வளவு யதார்த்தமான கண்களும் கால்களும் வைக்கப்பட்டிருக்கவேண்டும்? அதன் அர்த்தம் அந்தப் பறவையைக் குறை கூறுவதல்ல, அதன் வடிவமைப்பு மோசமாக இருந்தது; ஆனால், அது பெண்மணியின் பின்னால் கட்டப்பட்டதால் ஏற்பட்ட குறை அல்ல. அது அந்தப் பறவையிடமே இருந்தது. தரை பழுப்பு மஞ்சள் வண்ணத்தில் கிட்டத்தட்ட வெண்மையாக இருந்தது.

அடுத்த அறை மங்கலான வெளிச்சம் கொண்டதாக இருந்தது. அந்தப் பெண்மணி கதவை வெறுமனே சாத்திவிட்டு, அதைப் பூட்டாமல் சாவியை எகுச்சியின் முன்பிருந்த மேஜை மீது

வைத்தாள். அவளுடைய செய்கைகளில், அவள் ஒரு ரகசிய அறையை மேற்பார்வையிட்டதுபோல எதுவும் தெரியவில்லை. மேலும், அவள் குரலிலும் அப்படி எதுவும் தென்படவில்லை.

"சாவி இங்கிருக்கிறது. நன்றாக உறங்குவீர்கள் என்று நம்புகிறேன். உறங்குவதில் ஏதாவது பிரச்சினையிருந்தால், தலையணைக்கு அடியில் தூக்க மாத்திரை இருக்கிறது."

"குடிக்க ஏதாவது தங்களிடம் உள்ளதா?"

"நான் மதுபானங்களை வைத்திருப்பதில்லை."

"என்னை உறங்க வைப்பதற்கான எந்தவொரு பானமும் இல்லையா?"

"இல்லை."

"அவள் அடுத்த அறையில் இருக்கிறாளா?"

"அவள் உறங்கிக்கொண்டிருக்கிறாள். உங்களுக்காகக் காத்துக் கொண்டிருக்கிறாள்."

"ஓ..." எகுச்சி சற்று ஆச்சர்யப்பட்டார். அந்தப் பெண் எப்போது அடுத்த அறைக்குள் சென்றாள்? எவ்வளவு நேரமாக உறங்கிக்கொண்டிருக்கிறாள்? அப்பெண்மணி அந்த அறையைத் திறந்து அவள் உறங்கிக்கொண்டிருக்கிறாள் என்பதைத் தான் உறுதிசெய்துகொண்டாளா? ஒரு பெண் காத்திருப்பாள், உறங்கிக்கொண்டிருப்பாள், எழுந்திருக்கமாட்டாள் என அந்த இடத்தை அறிமுகப்படுத்திய நபரிடம் இருந்து கேட்டிருந்தார். ஆனால், அதை இப்போது நேரில் கண்டபோது அவரால் நம்பமுடியவில்லை.

"நீங்கள் எங்கே உடைகளைக் கலையப்போகிறீர்கள்?" அவள் அவருக்கு உதவக் காத்திருப்பது போல் தெரிந்தாள். அவர் அமைதியாக இருந்தார். "அலைகளின் சத்தத்தைக் கேளுங்கள். மேலும் காற்றினுடையதையும்."

"அலைகளா?"

"இனிய இரவாக அமையட்டும்." அவள் அவரிடமிருந்து விடைபெற்றாள்.

முதியவர் எகுச்சி தனியாக அந்த வெற்று அறையைச் சுற்றிப் பார்த்தார். எந்தச் சூழ்ச்சிகளும் இருப்பதாகத் தெரியவில்லை. அவருடைய கண்கள் அடுத்த அறையின் கதவை நோக்கிச் சென்றன. அது செடார் மரத்தால் செய்யப்பட்டு, மூன்று அடி அகலமுடையதாக இருந்தது. அந்தக் கதவு பார்ப்பதற்கு, வீடு கட்டி முடிக்கப்பட்டபின் பொருத்தப்பட்டதுபோல் தெரிந்தது. சுவரும் கூட அப்படித்தான் தெரிந்தது. உற்று நோக்கியபோது அந்த இடத்தில் ஏற்கெனவே பக்கவாட்டில் திறக்கும் வகையில் இருந்தது போல் தெரிந்தது. ஆனால், இப்போது அதை அடைத்துவிட்டு உறங்கும் அழகிகளுக்காக ரகசிய அறைகளாக மாற்றப்பட்டிருக்கிறது. சுவரின் வண்ணம் மற்ற சுவர்களோடு ஒத்துப்போனாலும், இதுமட்டும் சற்று புதிதாகத் தெரிந்தது.

எகுச்சி சாவியை எடுத்துக்கொண்டார். எல்லாம் முடிந்தது. இன்னும், அவர் அடுத்த அறைக்குள் போக வேண்டியதுதான் பாக்கி. ஆனால், அவர் இன்னும் இருக்கையிலேயே அமர்ந்திருந்தார். அந்தப் பெண்மணி சொன்னதுபோல, அலைகளின் சத்தம் பயங்கரமாக இருந்தது. அது உயரமான பாறைகளின்மீது வேகமாக மோதுவது போலவும் இந்தச் சிறிய வீடு அந்தப் பாறையின் முனையில் இருப்பது போலவும் இருந்தது. காற்றின் சப்தம், குளிர் காலம் நெருங்கப்போவதைப் போல் இருந்தது. ஒருவேளை அதற்கு இந்த வீடும் ஒரு காரணமாக இருக்கலாம், ஒருவேளை முதியவர் எகுச்சியின் மனதிற்குள் ஏதாவது இருக்கலாம். ஒரே ஒரு கனப்பு மட்டுமே இருந்தபோதிலும், அந்த அறை சூடாகவே இருந்தது. இது ஒரு வெப்பமான மாநிலம். இதற்கு முன்பு காற்று இது போல் இலைகளை அசைத்துப் பார்த்ததில்லை. தாமதமாக வந்ததால், எகுச்சியால் இது

என்ன மாதிரியான கிராமம் என்று தெரிந்து கொள்ள முடியவில்லை. ஆனால், அவரால் கடலின் வாசனையை நுகர முடிந்தது. அந்த வீட்டின் தோட்டமானது வீட்டை விடப் பெரியதாக இருந்தது. எண்ணற்ற பெரிய பைன் மற்றும் மேப்பில் மரங்கள் இருந்தன. பைன் மரத்தின் காற்று வலிமையாகவும் அதன் உயரம் ஆகாயத்தைத் தொடுவது போலவும் தெரிந்தது. இந்த வீடு அநேகமாக ஒரு கிராமத்து மாளிகையாக இருக்கலாம்.

சாவி இன்னும் கையில்தான் இருந்தது, எகுச்சி சிகரெட்டைப் பற்றவைத்தார். ஒன்றிரண்டுமுறை புகையை உள்ளிழுத்துவிட்டுத் தூக்கி எறிந்துவிட்டார்; ஆனால், இரண்டாவதுமுறை அவர் இறுதிவரை புகைத்தார். ஒரு விரும்பத்தகாத வெறுமையை அவர் உணர்ந்தார் என்பதை விட, மெல்லிய பயத்திற்காக அவர் தன்னை ஏளனம் செய்துகொண்டார். அவர் வழக்கமாகப் படுக்கைக்குச் செல்வதற்கு முன் கொஞ்சம் விஸ்கி அருந்துவார். அவர் கோழித் தூக்கம் தூங்குபவர், அது அவருக்குக் கெட்ட கனவுகளைக் கொடுக்கும். புற்றுநோயால் இளம் வயதிலேயே இறந்து போன ஒரு பெண் கவிஞர் தனது கவிதை ஒன்றில், “உறக்கமில்லாத இரவுகள், இரவு தேரைகளையும் கருப்பு நாய்களையும் நீரில் மூழ்கியவர்களின் சடலங்களையும் கொடுக்கிறது” என்று கூறியிருந்தார். எகுச்சியால் மறக்க முடியாத வரி அது. அந்தவரி இப்போது நினைவுக்கு வந்தபோது, அந்தப் பெண் தூங்குகிறாளா என்று யோசித்தார். இல்லை, அடுத்த அறையில் தூங்க வைக்கப்பட்டிருப்பது நீரில் மூழ்கிய பிணமாகக் கூட இருக்கலாம்; மேலும் அவளிடம் செல்வதில் அவர் சிறிது தயக்கத்தை உணர்ந்தார். இளம்பெண் எப்படித் தூங்க வைக்கப்பட்டாள் என்று அவர் கேட்கவில்லை. எந்தவொரு சந்தர்ப்பத்திலும் அவள் இயற்கைக்கு மாறான உறக்கத்தில் தான் இருப்பாள், அவளைச் சுற்றி நடக்கும் நிகழ்வுகளை அறியாமல், அவள் போதைப்பொருளால் சிதைக்கப்பட்டு சேறு, ஈயம்

போன்ற சருமத்தைக் கொண்டிருக்கலாம். அவளுடைய கண்களுக்குக் கீழே கரு வளையங்கள் இருக்கலாம், அவளது விலா எலும்புகள் உலர்ந்த, சுருங்கிய தோல் வழியாகத் தெரியலாம். அல்லது அவள் குளிர்ச்சியாகவும், உப்பியும், வீக்கமாகவும் இருக்கலாம். அவள் லேசாக குறட்டை விடலாம், அவளுடைய உதடுகள் ஊதா நிற ஈறுகளைக் காட்டி விரிந்திருக்கலாம். தனது அறுபத்தேழாவது வயதில், முதியவர் எகுச்சி பெண்களுடன் விரும்பத்தகாத இரவுகளைக் கழித்திருந்தார். உண்மையில் விரும்பத்தகாத இரவுகள் என்பது மறக்க முடியாதவை. விரும்பத்தகாதது என்பது பெண்களின் தோற்றத்தைப் பற்றியது அல்ல, மாறாக அவர்களின் துயரங்கள் மற்றும் சிதைந்த வாழ்க்கையுடன் தொடர்புடையது. அவர் தனது வயதில், இதுபோன்ற மற்றொரு அத்தியாயத்தைத் தன் வாழ்க்கைப் பதிவில் சேர்க்க விரும்பவில்லை. எனவே, அவருடைய எண்ணங்கள் சாகசத்தின் விளிம்பில் ஓடின. ஆனால், ஒரு முதியவர் இரவில் தூங்கும் ஒரு பெண்ணின் அருகில், விழிக்காமல் படுத்திருப்பதை விட அசிங்கமானது எதுவும் இருக்க முடியுமா? விரும்பத்தகாத முதுமையின் அசிங்கத்தைத் தேடி இந்த வீட்டிற்கு அவர் வரவில்லை?

அந்தப் பெண் தான் நம்பக்கூடிய விருந்தினர்களைப் பற்றிப் பேசினாள். இங்கு வந்த அனைவரையும் நம்பலாம் என்று தோன்றியது. எகுச்சியிடம் வீட்டைப் பற்றிச் சொன்னவர் இங்கு நிறைய நாட்கள் வந்தவராகத் தெரியவில்லை. எகுச்சியும் முதுமையின் அதே நிலையை அடைந்துவிட்டதாக அவர் நினைத்திருக்கலாம். அநேகமாக அந்த வீட்டுப் பெண் முதியவர்களுக்கான ஏற்பாடுகளைச் செய்வதில் மட்டுமே பழகியிருப்பதால், அவளுக்கு எகுச்சியின் மீது பரிதாபமோ, விசாரிப்போ ஏதும் இருக்கவில்லை. அவரால் இன்னும் தன்னை ரசிக்க முடிந்தது, அவர் இன்னும் நம்பக்கூடிய விருந்தாளியாக மாறியிருக்கவில்லை. ஆனால், அந்த நேரத்தில் அவருடைய உணர்வுகள்

உறங்கும் அழகிகளின் இல்லம் | 17

காரணமாக, இடம் காரணமாக, அவரது துணையின் காரணமாக, தன்னை அவர்களில் ஒருவராக மாற்றிக்கொள்ள முடிந்தது. விரும்பத்தகாத முதுமை அவரை அமுத்திக் கீழே தள்ளியது. அவருக்கும், மற்ற விருந்தினர்களின் மந்தமான சூழ்நிலைகள் வெகுதொலைவில் இல்லை என்று அவர் நினைத்தார். அவர் இங்கே இருந்தார் என்பது நிச்சயமாக அதைத்தான் குறிக்கிறது. அதனால், வயதானவர்களுக்கு விதிக்கப்பட்ட விரும்பத்தகாத கட்டுப்பாடுகளை, சோகமான கட்டுப்பாடுகளை உடைக்கும் எண்ணம் அவருக்கு இல்லை. அவர் அவற்றை உடைக்கவும் விரும்பவில்லை, இது ஒரு ரகசிய கிளப் என்று அழைக்கப்பட்டாலும், உறுப்பினர்களாக இருந்த முதியவர்களின் எண்ணிக்கைக் குறைவாகவே இருக்குமென்று தோன்றியது. எகுச்சி அதன் தவறுகளை வெளிகொண்டுவரவோ அல்லது அலசிப் பார்ப்பதற்காகவோ இங்கு வரவில்லை. அதன் இரகசிய நடைமுறைகளில் அவரது ஆர்வம் வலுவற்றதாக இருந்தது, ஏனெனில், முதுமையின் மயக்கம் அவருக்கு ஏற்கெனவே வந்திருந்தது.

“சில மனிதர்கள் இங்கு வரும்போது நல்ல கனவுகள் வருவதாகச் சொல்கிறார்கள்,” என்று அந்தப் பெண் கூறியிருந்தாள். “சிலர் இளமையாக இருந்தபோது எப்படி இருந்தது என்பதை நினைவு கொண்டதாகச் சொல்லியிருக்கிறார்கள்.”

அப்போதும் அவர் முகத்தில் எந்தவொரு கசப்பான புன்னகையும் தோன்றவில்லை. மேசையில் கைகளை வைத்து எழுந்து நின்றார். அவர் தேவதாரு வகை மரத்தால் செய்யப்பட்ட கதவுக்கு அருகில் சென்றார்.

“ஆ!”

அது கருஞ்சிவப்பு வெல்வெட் திரைச்சீலைகள். கருஞ்சிவப்பு அறையின் மங்கலான வெளிச்சத்தில் இன்னும் ஆழமாகத் தெரிந்தது. திரைச்சீலைகளுக்கு முன் ஒரு மெல்லிய ஒளி படர்ந்தது போல் இருந்தது, அவருக்கு ஒரு கற்பனை உலகத்திற்குள் தான் அடியெடுத்து வைப்பது போல் இருந்தது.

நான்கு சுவர்களிலும் திரைச்சீலைகள் பொருத்தப்பட்டிருந்தன. கதவும் திரையிடப்பட்டிருந்தது. ஆனால், அதன் விளிம்புகள் கட்டப்பட்டிருந்தன. கதவைப் பூட்டிவிட்டு, திரையை இழுத்துவிட்டு, அவர் அந்தப் பெண்ணைப் பார்த்தார். அவள் பாசாங்கு செய்யவில்லை. அவளது சுவாசம் ஆழ்ந்த உறக்கத்தில் இருந்தது. மூச்சு வாங்கியது. அவர் எதிர்பார்த்ததைவிட அவள் அழகாக இருந்தாள். அவருடைய ஆச்சர்யத்திற்குக் காரணம் அவளுடைய அழகு மட்டுமல்ல. அவள் இளமையாகவும் இருந்தாள். இடது பக்கம் படுத்திருந்தாள், முகம் அவரை நோக்கி இருந்தது. அவரால் அவள் உடலைச் சரியாகப் பார்க்க முடியவில்லை. ஆனால், அவளுக்கு இன்னும் இருபது வயதுகூட ஆகியிருக்காது. முதியவர் எகுச்சிக்கு மார்பில் இன்னொரு இதயம் சிறகடிப்பது போல் இருந்தது.

அவளது வலது கையின் மணிக்கட்டு மெத்தையின் விளிம்பில் இருந்தது. அவளது இடது கை மெத்தையின் கீழ் குறுக்காக நீட்டியிருந்தது. அவளது வலது கட்டை விரல் கன்னத்தின் கீழ் பாதியில் மறைந்திருந்தது. அவள் முகத்துக்குப் பக்கத்தில் இருந்த தலையணையில் இருந்த விரல்கள் தூக்கத்தின் காரணமாக சற்றே வளைந்திருந்தன. இருப்பினும், அவை தலையணையின் மென்மையான குழிகளை அழிக்கப் போதுமானதாக இல்லை. உள்ளங்கையிலிருந்து படிப்படியாக விரல் நுனி வரை வெதுவெதுப்பாக சிவந்து செழுமையாக இருந்தது. அது ஒரு மென்மையான, ஒளிரும் வெள்ளை கை.

"நீ தூங்குகிறாயா? நீ எழுந்திருக்க போகிறாயா?" அவர் அவள் கையைத் தொடலாமா என்று கேட்பது போல் இருந்தது. அவள் கையை எடுத்து அசைத்துப் பார்த்தார். அவள் கண்ணைத் திறக்க மாட்டாள் என்று அவருக்குத் தெரியும். அவள் கை இன்னும் அவரது கைக்குள் இருக்க, அவள் முகத்தைப் பார்த்தார். அவள் எப்படிப்பட்ட பெண்ணாக இருப்பாள்? புருவங்கள் இதுவரை அழகுசாதனப் பொருட்களால் தீண்டப்படவில்லை, மூடிய கண் இமைகள்

உறங்கும் அழகிகளின் இல்லம் | 19

சமமாக இருந்தன. அவர் அவளின் பரிசுத்தமான கூந்தலின் வாசனையை முகர்ந்தார். சிறிது நேரத்திற்குப் பிறகு அலைகளின் சத்தம் அதிகமாகக் கேட்டது. ஏனெனில், அவரது இதயம் சிறைபிடிக்கப்பட்டிருந்தது. தீர்மானமாக ஆடைகளைக் கழற்றினார். நிமிர்ந்து பார்த்தார். வெளிச்சம் மேலிருந்து வந்துகொண்டிருந்தது. ஜப்பானியக் காகிதத்தின் மூலம் செய்யப்பட்ட இரண்டு மின்சார அந்தர விளக்குகளிலிருந்து ஒளி வந்துகொண்டிருந்தது. வெல்வெட்டின் கருஞ்சிவப்புக்குச் சாதகமாக அமைக்கப்பட்ட ஒளியா, அல்லது வெல்வெட்டின் ஒளி அந்தப் பெண்ணின் தோலை ஓர் அழகான மாயத்தோற்றத்தில் காட்டுகிறதா என்று தன்னைத்தானே கேட்டுக் கொண்டார். ஆனால், அவளது தோலுக்கு எதிராக வெளிப்படும் வண்ணம் அவ்வளவு வலுவானதாக இல்லை. அவர் அந்த வெளிச்சத்துக்குப் பழகிவிட்டார். அது அவருக்கு மிகவும் பிரகாசமாக இருந்தது. அவர் எப்பொழுதும் இருட்டில் தூங்குவதுதான் வழக்கம். ஆனால், முழுவதுமாக அதை அணைக்க முடியவில்லை. மெத்தையைப் பார்த்தார், அது நன்றாக இருந்தது.

அவர் அமைதியாகக் கீழே படுத்துக்கொண்டார். தன் முன் இருந்த அந்தப் பெண் விழித்துவிடுவாளோ என்று அஞ்சினார். அவள் நிர்வாணமாக இருந்தாள். எந்த எதிர்வினையும் இல்லை. அவள் அவரின் இருப்பை உணர்ந்தது போல் தோள்களை அசைக்கவோ அல்லது இடுப்பை உள்ளே இழுக்கவோ இல்லை. அவள் ஒரு இளம் பெண்ணாக இருக்க வேண்டும். அவள் எவ்வளவு நன்றாகத் தூங்கினாலும், ஒருவித விரைவான எதிர்வினையை உணர்ந்தார். ஆனால், இது சாதாரணத் தூக்கம் அல்ல. அவருக்குத் தெரியும். அந்த எண்ணம்தான் அவருக்கு அவளைத் தொடுவதைத் தவிர்க்கச் செய்தது. அவளது முழங்கால் சற்று முன்னோக்கி இருந்தது. அவளது கால்கள் சங்கடமான நிலையில் இருந்தன.

அவள் தற்காப்பு நிலையில் இல்லை என்றும், அவளது வலது முழங்கால் இடதுபுறத்தில் இருக்கவில்லை என்று அவரிடம்

கூறுவதற்கு எந்தவொரு ஆய்வும் தேவைப்படவில்லை. வலது முழங்கால் பின்னால் இழுக்கப்பட்டு, இடதுகால் நீட்டப்பட்டது. அவள் இடது பக்கம் படுத்திருந்த தோள்களின் கோணமும், இடுப்பின் கோணமும், அவளது உடற்பகுதியின் சாய்வின் காரணமாக வித்தியாசமாகத் தெரிந்தது. அவள் மிகவும் உயரமாகத் தெரியவில்லை.

முதியவர் எகுச்சி அவளது கையை லேசாக உலுக்கியபோது அவளது விரல்கள் ஆழ்ந்த உறக்கத்திலும் மெதுவாக அசைந்தன. அவர் கைகளை எப்படி விட்டாரோ அது அப்படியே கிடந்தது. அவர் தலையணையைப் பின்னுக்கு இழுத்ததும் கை அங்கிருந்து நழுவியது. தலையணையில் இருந்த முழங்கையை அவர் உற்றுப் பார்த்தார். உயிரோடுதான் இருக்கிறாள் என்று தனக்குள் முணுமுணுத்துக் கொண்டார். அவள் நிச்சயமாக உயிருடன்தான் இருந்தாள். மேலும், அவள் எவ்வளவு அழகாக இருந்தாள் என்ற அர்த்தத்தில்தான் தெரிவித்தார். ஆனால், அவற்றை உச்சரித்தவுடன் அந்த வார்த்தைகள் ஒரு அச்சுறுத்தும் வளையத்தை உருவாக்கியது. தூக்கத்தில் தொலைந்திருந்த இந்தப் பெண் தன் வாழ்க்கையின் பல மணிநேரங்களுக்கு முற்றுப்புள்ளி வைக்கவில்லை என்றாலும், அவள் தன்னையே இழக்கவில்லையா, அவள் அடியாழத்தில் மூழ்கிவிட்டாளா? அவள் உயிருள்ள பொம்மை அல்ல, ஏனென்றால் உயிருள்ள பொம்மையாக இருக்க முடியாது. ஆனால், ஒரு முதியவரை இனி அவமானப்படுத்தாதபடி, அவள் உயிருள்ள பொம்மையாக ஆக்கப்பட்டிருக்கிறாள். இல்லை, அவள் ஒரு பொம்மை அல்ல. வயதானவர்களுக்கு, அவள் ஒரு வாழ்க்கையாக இருக்கலாம். அத்தகைய வாழ்க்கை, ஒருவேளை, நம்பிக்கையுடன் தொட வேண்டிய வாழ்க்கை. எகுச்சியின் தொலைநோக்குப் பார்வை கொண்ட வயதான கண்களுக்கு அருகில் இருந்த அவளது கை இன்னும் மென்மையாகவும் அழகாகவும் இருந்தது. அது தொடுவதற்கு மென்மையாக இருந்தது. ஆனால், அவரால் தோலின் அமைப்பைப் பார்க்க முடியவில்லை.

விரல் நுனியிலிருந்த செழுமையான அதே சூடான இரத்தச் சிவப்பு, காது மடல்களிலிருந்து கண்களை நோக்கி வந்தது. அவரால் அவள் தலைமுடியின் இடைவெளியில் காதுகளைப் பார்க்க முடிந்தது. காது மடல்களின் சதையானது அந்தப் பெண்ணின் இளமையைப் பறைசாற்றியது. எகுச்சி முதலில் இந்த ரகசிய வீட்டிற்குள் ஆர்வத்துடன் நுழைந்தார். ஆனால், மற்ற ஆண்கள் அவரைவிட அதிக மகிழ்ச்சியுடனும் துக்கத்துடனும் வரக்கூடும் என்று தோன்றியது. அந்தப் பெண்ணின் தலைமுடி நீளமாக இருந்தது, ஒருவேளை வயதானவர்கள் அதில் விளையாடலாம். தலையணையில் மீண்டும் படுத்துக்கொண்டு, எகுச்சி தலை முடியைக் கோதியவுடன் அவளது காது வெளியே தெரிந்தது. காதுக்குப் பின்னால் இருந்த முடியின் பளபளப்பு வெண்மையாக இருந்தது. கழுத்தும் தோளும் இளமையாகவும் புதியதாகவும் இருந்தது. பெண் என்ற முழுமை அவளுக்கு இன்னும் வரவில்லை. அறையைச் சுற்றிப் பார்த்தார். அவருடைய உடைகள் மட்டும் பெட்டியில் இருந்தது. அந்த இளம்பெண்ணின் உடைகள் இருந்ததற்கான அறிகுறி எதுவும் இல்லை ஒருவேளை அவள் நிர்வாணமாக அறைக்குள் வந்திருக்கலாம் என்று நினைத்தார். அவளைப் பார்ப்பதற்கு, ஏதோ ஒரு நோக்கத்திற்காகத் தூங்க வைக்கப்பட்டிருக்கிறாள், மேலும், இதில் ஆச்சரியப்பட ஏதுமில்லை என்று அவருக்குத் தெரியும். அவள் தோளை கட்டிக்கொண்டு கண்களை மூடினார். அந்தப் பெண்ணின் வாசனையில் அவருக்கு ஒரு குழந்தையின் வாசனையை உணர்ந்தார். அது ஒரு பால்மணம் மாறாத குழந்தையின் வாசனையாக இருந்தது. மேலும், சிறுமியின் வாசனையை விடச் செழிப்பானதாக இருந்தது. இந்தப்பெண் குழந்தை பெற்றிருக்க வேண்டும். மார்பகங்கள் வீங்கியிருக்கின்றன. முலைக்காம்புகளிலிருந்து பால் கசிவது சாத்தியமில்லை. அவர் அவளது நெற்றியையும் கன்னங்களையும், தாடையிலிருந்து கழுத்துக்குக் கீழே இருந்த பெண் ரேகையையும் ஆச்சரியமாகப் பார்த்தார். ஏற்கெனவே நன்றாகத் தெரிந்திருந்தாலும், தோளை மறைத்திருந்த

போர்வையை லேசாக உயர்த்தினார். அந்த மார்பகம் பால் கொடுத்த ஒன்றல்ல. விரலால் மென்மையாகத் தொட்டார். அது ஈரமாக இல்லை. அந்தப் பெண் இருபதை நெருங்கிக் கொண்டிருந்தாள். குழந்தைத்தனமான வெளிப்பாடு முற்றிலும் பொருத்தமற்றதாக இல்லாவிட்டாலும், குழந்தையின் பால் வாசனை அவளுக்கு இனி இருக்கக்கூடாது. உண்மையில் அது ஒரு பெண்ணின் வாசனை. ஆயினும்கூட, முதியவர் எகுச்சி இந்த நேரத்தில் ஒரு பாலூட்டும் குழந்தையின் வாசனையை அனுபவித்தார். இது கடந்து செல்லும் ஒரு மாயத்தோற்றமா? அது ஏன் தனக்கு வந்தது என்று எவ்வளவோ கேட்டாலும் பதில் தெரியவில்லை. ஆனால், ஒருவேளை அது அவரது இதயத்தில் உருவான திடீர் வெறுமையாலும் அது விட்டுச்சென்ற திறப்பின் வழியாகவும் வந்திருக்கலாம். தனிமையின் அழுத்தத்தை அவர் சோகத்துடன் உணர்ந்தார். துக்கத்தையோ தனிமையையோவிட, முதுமையின் இருள்தான் அவருக்குள் அதிகம் பாய்ந்தது போல் இருந்தது. மேலும், அது அந்த இளம் அரவணைப்பின் வாசனையைப் பரப்பிய பெண்ணின் மேல் பரிதாபமாகவும் அன்பாகவும் மாறியது. தனக்குள் ஊறிய குற்ற உணர்ச்சியைத் திசை திருப்பும் நோக்கத்திற்காக மட்டுமே, இளம்பெண்ணின் உடலை முதியவர் இசையாகப் பார்த்தார். அது காதலின் இசையாக இருந்தது. அவர் தப்பி ஓட விரும்புவது போல், நான்கு சுவர்களையும் பார்த்தார். அது வெல்வெட்டால் திரைச்சீலைகளால் மூடப்பட்டிருந்தது. வெளியேற வழிகளே இல்லை. கிரிம்சன் வெல்வெட், கூரையிலிருந்து அதன் ஒளியை எடுத்து, மென்மையாகவும் முற்றிலும் அசைவில்லாமலும் பாய்ச்சியது. அது தூங்க வைக்கப்பட்டிருந்த பெண்ணையும், வயதான மனிதனையும் போர்த்திக்கொண்டது.

"எழுந்திரு. எழுந்திரு." எகுச்சி அந்தப் பெண்ணின் தோளைக் குலுக்கினார். பிறகு அவள் தலையை தூக்கினார். "எழுந்திரு. எழுந்திரு."

அவருக்குள் எழுந்த அந்தப் பெண் குறித்த உணர்வுதான் அவரை அவ்வாறு செய்யத் தூண்டியது. முதியவரால் ஒரு கணம் கூட அந்தப் பெண் தூங்கிக் கொண்டிருப்பதைத் தாங்கிக்கொள்ள முடியவில்லை. அவள் பேசவில்லை. அவருடைய முகமும் குரலும் அவளுக்குத் தெரியாது என்ற உண்மையை அவரால் தாங்கிக்கொள்ள முடியவில்லை. என்ன நடக்கிறது என்று அவளுக்கு எதுவும் தெரியாது. அவளுடன் இருந்த எகுச்சி என்ற மனிதனை அவளுக்குத் தெரியாது. அவரது இருப்பின் ஒரு சிறுபகுதிகூட அவளை உணரவில்லை. அப்பெண் எழுந்திருக்க மாட்டாள், அவர் கையில் தூங்கும் அவளின் தலையின் கனம்; இன்னும் அவள் திட்டவட்டமாக உயிரோடுதான் இருப்பதற்கான உண்மையை அவள் சற்று முகம் சுளிக்கையில் அவரால் ஒப்புக்கொள்ள முடிந்தது. அசையாமல் கையைப் பிடித்தார். அப்படி ஒரு சிறிய அசைவில் அவள் விழித்துக் கொண்டால், அந்த இடத்தின் மர்மம் மறைந்துவிடும். அவருக்கு அந்த இடத்தை அறிமுகப்படுத்திய முதியவர் கிகா, "ஒரு ரகசியப் புத்தருடன் உறங்குவது போல" என்று விவரித்திருந்தார். வாடிக்கையாளர்களாக வருகின்ற முதியவர்களை, உறங்கும் அழகிகளுடன் தூங்க வைப்பதன் மூலம் நம்பிக்கை, சலனம், சாகசம், மற்றும் அவர்கள் நம்பக்கூடிய மகிழ்ச்சியை ஏற்படுத்துகிறாள். முதியவர் கிகா எகுச்சியிடம், தூங்க வைக்கப்பட்ட ஒரு பெண்ணின் அருகில் இருக்கும்போது நாம் உயிருடன் இருப்பதை உணர முடியும் என்று கூறினார்.

கிகா எகுச்சிக்குயைப் பார்க்கச் சென்றபோது, அவர் தோட்டத்திற்குள் நோட்டமிட்டார். பழுப்பு இலையுதிர்காலப் பாசியில் ஏதோ சிவப்பாக ஒன்று கிடந்தது.

"அது என்னவாக இருக்கும்?"

அவர் அதைப் பார்க்கக் கீழே சென்றிருந்தார். அப்புள்ளிகள் சிவப்பு அயோக்கி பெர்ரிகள். அவை நிலத்தில் நிறையக் கிடந்தன. கிகா ஒன்றை எடுத்தார். அதனுடன் விளையாடிக்கொண்டு,

அவர் ரகசிய வீட்டைப்பற்றி எகுச்சியிடம் கூறினார். முதுமையின் விரக்தி அவருக்கு அதிகமாக இருந்தபோது, அவர் அந்த வீட்டிற்குச் சென்றிருந்தார்.

"வெகு நாட்களுக்கு முன்பே, நான் கண்ட அனைத்துப் பெண்ணிடமும் நம்பிக்கை இழந்துவிட்டதாகத் தோன்றுகிறது. அங்கே ஒரு வீட்டில் பெண்களைத் தூங்க வைக்கிறார்கள். அதனால், அவர்கள் எழுந்திருக்கவே மாட்டார்கள்."

இந்தப்பெண் நன்றாக தூங்குவதுபோல் இருந்துகொண்டு, எதுவும் பேசாமல், எதுவும் கேட்காமல், நீண்ட காலமாக முதியவர்கள் பேசும் எல்லாவற்றையும் கேட்டுக்கொண்டு, எல்லாவற்றையும் அவ்விடுதிப் பெண்ணிடம் சொல்கிறாளோ? ஆனால், எகுச்சிக்கு அப்படிப்பட்ட ஒரு பெண்ணுடன் முதல் அனுபவம் இதுவாகும். இதற்கு முன் பலமுறை முதியவர்களுடன் இதுபோன்றதொரு உறங்கும் அனுபவம் இளம்பெண்ணுக்கு இருந்திருக்காது. எல்லாவற்றையும் அவரிடம் ஒப்படைத்துவிட்டு, ஒன்றும் புரியாமல், உறக்கத்தில் அசைவில்லாமல் இருந்துகொண்டு, தன் அப்பாவி முகத்தை அவர் அருகில் கொண்டுவந்து மெதுவாக மூச்சுவிட்டாள். சில முதியவர்கள் அவளது உடலின் ஒவ்வொரு பகுதியையும் அணைப்பார்கள், மற்றவர்கள் அழுதுகொண்டே இருப்பார்கள். எந்த விஷயமும் அந்தப் பெண்ணுக்குத் தெரியாது. இந்த எண்ணத்தைக் கூட எகுச்சியால் ஒன்றும் செய்ய முடியவில்லை. அவள் கழுத்தில் இருந்து கையை அகற்றும்போது, உடையக்கூடிய பொருளைக் கையாள்வது போல் எச்சரிக்கையாக இருந்தார். ஆனால், அவளைப் பலவந்தமாகத் தூண்டிவிட வேண்டும் என்ற உந்துதல் இன்னும் அவரை விட்டு அகலவில்லை.

அவர் கையை விலக்கியபோது, அவள் தலையை மெதுவாகத் திருப்பி, அவளது தோளுடன், முகத்தை நிமிர்த்திப் படுத்துக் கொண்டிருந்தாள். அவளது கண்களைத் திறக்கலாமா என்று யோசித்துக்கொண்டே அவர் பின்வாங்கினார்.

அவளது மூக்கு மற்றும் உதடுகள் கூரையின் வெளிச்சத்தில் இளமையுடன் பிரகாசித்தன. இடது கையை வாய்க்குக் கொண்டு வந்தாள். அவள் பற்களுக்கு இடையில் ஆள்காட்டி விரலைக் கொண்டுசெல்வது போல் தோன்றியது, அவள் தூங்கும் போது அது அவளின் இயல்பாக இருக்குமோ என்று அவர் யோசித்தார். ஆனால், அவள் அதை மெதுவாக உதடுகளுக்குக் கொண்டு வந்தாள், வேறு எதுவும் செய்யவில்லை. அவள் உதடுகள் லேசாக விரிய பற்கள் தெரிந்தன. முதலில், அவள் மூக்கின் வழியாகச் சுவாசித்துக் கொண்டிருந்தாள். இப்போது அவள் வாய் வழியாகச் சுவாசிக்கிறாள். அவளது மூச்சுக்காற்று சற்று வேகமாக வந்தது போலிருந்தது. அது ஒருவேளை வலியில் இருக்கலாமோ என்று யோசித்தவர், பிறகு அவள் அப்படி உணரவில்லை என்று முடிவு செய்தார். உதடுகள் பிரிந்ததால், கன்னங்களில் மெல்லிய புன்னகை மிதப்பது போல் தெரிந்தது. உயரமான பாறைகளை அலைகள் உடைப்பது போல் சத்தம் அருகில் கேட்டது. பின்வாங்கும் அலைகளின் சத்தம் குன்றின் அடிவாரத்தில் பெரிய பாறைகள் இருப்பதைத் தெரிவித்தன. அவர்களுக்குப் பின்னால் தண்ணீர் பின்தொடர்வது போல் தோன்றியது. அவளுடைய மூச்சின் வாசனை அவள் மூக்கிலிருந்து வந்ததை விட அவளது வாயிலிருந்து வலுவாக வந்தது. ஆனால், அது பால் வாசனை இல்லை. பால் வாசம் ஏன் வந்தது என்று மீண்டும் தன்னைத்தானே கேட்டுக் கொண்டார். அது ஒரு வாசனை, ஒருவேளை, அது அவருக்கு அச்சிறுமியைப் பெண்ணாக உணரச் செய்யலாம்.

முதியவர் எகுச்சிக்கு இப்போதும் பால் மணம் வீசும் ஒரு பேரக்குழந்தை இருந்தது. அவரால் தன் முன் அதை இங்கே பார்க்க முடிந்தது. அவரது மூன்று மகள்களும் திருமணமாகி குழந்தைகளைப் பெற்றிருந்தனர்; அவர்கள் மேல் பால் மணம் வீசும்போது எப்படி இருந்தது என்பதையும், மகளுக்கு பாலூட்டும் குழந்தைகள் இருந்ததையும் அவர் மறக்கவில்லை. இவரைக் கண்டிப்பது போல்தான் அவரது இரத்தச்

சொந்தங்களின் பால் மணம் இங்கு திரும்பி வந்துள்ளதா? இல்லை, அது எகுச்சியின் சொந்த இதயத்தின் வாசனையாக இருக்கும், அது இப்பெண் மூலமாக வெளிவந்துள்ளது. எகுச்சியும் முகத்தைத் திருப்பி, அந்தப் பெண்ணை எங்கும் தொடாதபடி படுத்துக்கொண்டு, கண்களை மூடினார். தூக்க மருந்தை அவர் தலையணையிலிருந்து எடுத்துக்கொள்வது நல்லது என்று தோன்றியது. இளம்பெண்ணிற்குக் கொடுக்கப்பட்ட மருந்தைப் போல அது வலுவாக இருக்காது. அவர் அவளை விட முன்னதாகவே விழித்திருப்பார். இல்லையெனில், அந்த இடத்தின் ரகசியமும் கவர்ச்சியும் இல்லாமல் போய்விடும். பாக்கெட்டைத் திறந்தார். அதில் இரண்டு வெள்ளை மாத்திரைகள் இருந்தன. ஒன்றை எடுத்தால் உறக்கத்தில் விழுவர். இரண்டு, அவர் மரணத்தைப் போன்றத் தூக்கத்தில் விழுவர். அதுவும் அப்படியே இருக்கும், மாத்திரைகளைப் பார்த்துக் கொண்டார். மேலும், பால் வாசனை அவருக்கு விரும்பத்தகாத மற்றும் பைத்தியக்காரத்தனமான நினைவுகளைக் கொண்டுவந்தது.

“பால். அதன் வாசனை பாலினுடையதைப் போலவும் ஒரு குழந்தையினுடையதைப் போலவும் இருந்தது.” அவர் கழற்றியிருந்த மேலங்கியை மடிக்கத் தொடங்க, அந்தப் பெண் அவரைக் கூர்ந்து பார்த்தாள். அவள் முகம் பதற்றமாக இருந்தது. “உன் குழந்தை. நீ வீட்டை விட்டு வெளியேறும்போது உன் குழந்தையைக் கையில் எடுத்துக் கொண்டாய் இல்லையா? இல்லையா? நான் அதை வெறுக்கிறேன்! நான் அதை வெறுக்கிறேன்!”

அவள் கைகள் பலமாக நடுங்க, அந்தப் பெண் எழுந்து நின்று அவருடைய கோட்டை தரையில் எறிந்தாள். “நான் அதை வெறுக்கிறேன். உனக்கு ஒரு குழந்தை பிறந்த பிறகுதான் இங்கே வருகிறாய்.” அவள் குரல் கடுமையாகக் கேட்டது. ஆனால், அவள் கண்களின் தோற்றம் மோசமாக இருந்தது. அவள் ஒரு நடனப்பெண், அவருடன் சில காலம் பழகியிருந்தாள். அவருக்கு மனைவியும் குழந்தைகளும்

இருப்பதை அவள் அறிந்திருந்தாள். ஆனால், பாலூட்டும் குழந்தையின் வாசனை கடுமையான வெறுப்பையும் பொறாமையையும் கொண்டு வந்தது. எகுச்சியும் கெய்ஷாவும் அதன்பிறகு நல்ல உறவில் இல்லை.

நடனப்பெண் மீதிருந்த விரும்பத்தகாத வாசனை அவரது இளைய குழந்தை மீதிருந்து வந்தது. எகுச்சிக்குத் திருமணத்திற்கு முன்பே ஒரு காதலி இருந்தாள். அவளுடைய பெற்றோருக்குச் சந்தேகம் ஏற்பட்டது. அவளை அவர் அவ்வப்போது சந்திப்பது அவர்களிடையே கொந்தளிப்பான ஒன்றாக இருந்தது. ஒருமுறை அவர் முகத்தை விலக்கியபோது அவளது மார்பகத்தில் லேசாக இரத்தம் படிந்திருப்பதைக் கண்டார். அவர் திடுக்கிட்டார். ஆனால், எதுவும் நடக்காதது போல், அவர் தனது முகத்தை மீண்டும் கொண்டு வந்து மெதுவாக நக்கினார். மயக்கத்தில் இருந்த பெண்ணுக்கு என்ன நடந்தது என்று தெரியவில்லை. மயக்கம் தெளிந்துவிட்ட பிறகு, அவர் அதைச் சொன்னபோதும் அவளுக்கு வலி எதுவும் ஏற்பட்டதாகத் தெரியவில்லை.

பல வருடங்களைத் தாண்டி இவ்வளவு தூரம் கடந்துபிறகு, ஏன் அவருக்கு அந்த இரண்டு நினைவுகள் திரும்ப வந்தன? இரண்டு நினைவுகள் அவருக்குள் நுழைந்ததற்குப் பக்கத்தில் இருக்கும் பெண்ணின் மேல் வீசிய பால் மணம் காரணமாகத் தெரியவில்லை. அவை பல ஆண்டுகளுக்கு அப்பாற்பட்டவை. அவர் நினைத்துப் பார்க்கவேயில்லை. ஆனால், எப்போதும் தொலைதூரத்திலிருந்த பழைய நினைவுகளையும் புதிய நினைவுகளையும் அவரால் வேறுபடுத்திப் பார்க்க முடியவில்லை. நேற்றைய தினம் மட்டுமல்லாமல், அறுபது வருடங்களுக்கு முன்பிருந்தே சிறுவயதிலிருந்து அவருக்கு இருக்கும் நினைவாற்றலாக இருக்கலாம். வயதானவருக்கு அந்தப் போக்குத் தெளிவாக இல்லையா? ஒருவனின் இளமைக்காலம் அவனை என்னவாக மாற்றும், அது அவன் வாழ்க்கையின் மூலம் வழிநடத்திச் செல்ல முடியாதா? இது ஒரு அற்பமான விஷயம். ஆனால், மார்பில் இரத்தம்

தோய்ந்திருந்த பெண், ஒரு பெண்ணின் உடலின் எந்தப் பகுதியிலிருந்தும் ஓர் ஆணின் உதடுகளால் இரத்தத்தை எடுக்க முடியும் என்று அவருக்குக் கற்றுக் கொடுத்தாள்; பின்னர், எகுச்சி அந்த உச்சநிலைக்குச் செல்வதைத் தவிர்த்திருந்தாலும், ஒரு ஆணின் முழு வாழ்க்கைக்கும் வலிமையைக் கொண்டுவரும் ஒரு பெண்ணின் நினைவாற்றல், இந்த முழுமையான அறுபத்தேழாவது வயதிலும் அவரிடம் இருந்தது.

அது இன்னும் ஓர் அற்பமான விஷயம்தான்.

"நான் தூங்குவதற்கு முன், என் கண்களை மூடிக்கொண்டு, என்னை முத்தமிட்டால் நான் கவலைப்படாமல் ஏற்றுக்கொள்ளும் ஆண்களை எண்ணுகிறேன். நான் அவர்களை விரல்விட்டு எண்ணுகிறேன், இது மிகவும் இனிமையானது. ஆனால், பத்துபேர் கூட வராதபோது, எனக்கு வருத்தமளிக்கிறது." இந்த எண்ணங்கள் இளம் எகுச்சிக்கு, ஒரு வணிக நிர்வாகியின் மனைவியும், ஒரு நடுத்தர வயது பெண்ணும், சமூகத்தின் ஒரு பொறுப்பான மற்றும் ஒரு புத்திசாலி பெண்ணுமான ஒருத்தியால் தெரிவிக்கப்பட்டது. அந்த நேரத்தில் அவள் அவருடன் உல்லாசமாக இருந்தாள். இந்தத் திடீர் வாக்குமூலம் அவளை முத்தமிடுவதைப் பொருட்படுத்தாதவர்களில் அவரும் ஒருவர் என்று பொருள் கொள்ள, எகுச்சி அவள் கையை இறுக்கமாகப் பிடித்தார்.

"நான் அவர்களை மட்டுமே எண்ணுகிறேன்," அவள் அலட்சியமாகச் சொன்னாள். "நீ இளைஞனாக இருக்கிறாய், உறங்க முயல்வது உனக்கு வருத்தமாக இருக்காது என்று நினைக்கிறேன். உனக்கென்று எப்போதும் உன் மனைவி இருக்கிறாள். ஆனால், ஒருமுறை முத்தமிட முயற்சி செய்து பார். எனக்கு அது நல்ல மருந்தாக இருக்கிறது."

எகுச்சி பதில் சொல்லாததால், அவள் குரல் வறண்டு போனது. அவர்களை மட்டும் எண்ணியதாகச் சொன்னாள். ஆனால், அவள் மனதிற்குள் அவர்களின் முகங்களையும்

உடலையும் பற்றி யோசித்திருப்பாள் என்று சந்தேகிக்கலாம். பத்து எண்ணிக்கை என்பது கற்பனை செய்யக் கணிசமான நேரம்தான். இந்த எண்ணத்தால், இந்தப் பெண்ணின் கடந்த கால காதல் வாழ்க்கையின் வாசனையை எகுச்சியால் வலுவாக உணரமுடிந்தது. அவளை முத்தமிடுவதைப் பொருட்படுத்தாத ஆண்களில் எகுச்சியின் உருவத்தை அவள் விரும்பியபடி மனதில் வரையச் சுதந்திரமாக இருந்தாள். இந்த விஷயம் அவருக்குக் கவலை தரவில்லை. மேலும், அவரால் எதிர்க்கவோ அல்லது புகார் செய்யவோ முடியவில்லை; இருந்தும் அவரை அறியாமலேயே அவர் ஒரு நடுத்தர வயதுப் பெண்ணின் மனதால் ரசிக்கப்படுகிறோம் என்பது ஏமாற்றமாக இருந்தது. ஆனால், அவள் வார்த்தைகளை அவர் மறக்கவில்லை. அந்தப் பெண் தன்னுடன் விளையாடிக்கொண்டிருக்கிறாளோ, அல்லது அவரைக் கேலி செய்வதற்காகக் கதையைக் கண்டுபிடித்திருக்கிறாளோ என்ற சந்தேகம் அவருக்கு இல்லாமல் இல்லை. ஆனால், பின்னர் இன்னும், வார்த்தைகள் மட்டுமே எஞ்சியிருந்தன. அந்தப் பெண் இறந்து நீண்ட நாட்களாகியிருந்தது. முதியவர் எகுச்சிக்கு இனி இந்தச் சந்தேகங்கள் இல்லை. மேலும், அந்தப் புத்திசாலிப்பெண், எத்தனை நூற்றுக்கணக்கான ஆண்கள் முத்தமிடுவதைக் கற்பனை செய்தபின் இறந்திருப்பாள்?

முதுமை நெருங்கும்போது, எகுச்சி தூங்குவதில் சிரமம் உள்ள இரவுகளில், சில சமயங்களில் அந்தப் பெண்ணின் வார்த்தைகளை நினைவிற்குக் கொண்டு வருவார். மேலும், அவரது விரல்களில் பெண்களின் எண்ணிக்கையை எண்ணுவார். ஆனால், அவளை முத்தமிட விரும்பாதவர்களைப் பற்றி சிந்திப்பதை அவரால் நிறுத்த முடியவில்லை. அவருடன் தொடர்பு வைத்திருந்த பெண்களின் நினைவுகளில் பின்னோக்கிப் பயணிப்பார். உறங்கும் அழகியின் பால் வாசம் மாதிரியான மாயையைக் கொடுத்ததால் இன்று இரவு ஒரு பழைய காதல் மீண்டும் நினைவுக்கு வந்துவிட்டது. ஒரு வேளை அந்தப் பெண்ணின்

மார்பில் நீண்ட காலத்திற்கு முன்பு இருந்த ரத்தம், இன்றிரவு அந்தப் பெண்ணிடம் இல்லாத ஒரு வாசனையை அவருக்கு உணர்த்தியிருக்கலாம். ஒருவேளை, விழிக்காத அழகை ரசித்தபோதும், தொலைதூரத்திலிருந்து திரும்பி வராத பெண்களின் நினைவுகளில் மூழ்கிக் கிடப்பது முதியவரின் மனதிற்கு ஆறுதலாக இருந்தது. தனிமையுடன் கூடிய ஒரு சூடான இளைப்பாறுதலில் எகுச்சியின் மனம் நிறைந்தது. அவள் மார்பகம் ஈரமாக இருக்கிறதா என்று பார்க்க அவளை லேசாகத் தொட்டுப் பார்த்தார். அவள் மார்பிலிருந்து இரத்தம் வடிந்ததைக் கண்டு அவள் அவரைப் பின்தொடர்ந்து எழுந்தபோது அவளைத் திடுக்கிட விட்டுவிட வேண்டும் என்ற மாறுபட்ட எண்ணம் அவருக்கு வரவில்லை. அவள் மார்பகங்கள் அழகாக உருண்டையாக இருப்பது போல் தோன்றியது. அவருக்கு ஒரு விசித்திரமான எண்ணம் தோன்றியது. உலகின் நீண்ட வரலாற்றில், எல்லா விலங்குகளிலும், மனிதப் பெண்ணின் மார்பகங்கள் மட்டும் ஏன் அழகாக மாறியது? பெண்ணின் மார்பகங்களை இவ்வளவு அழகாக மாற்றியது மனித இனத்தின் பெருமையா?

உதடுகளிலும் அப்படி இருக்கலாம். முதியவர் எகுச்சி பெண்கள் படுக்கைக்குத் தயாராகி வருவதைப் பற்றியும், பெண்கள் படுக்கைக்கு முன் ஒப்பனைகளைக் கலைப்பதைப் பற்றியும் நினைத்துப் பார்த்தார். உதட்டுச்சாயத்தை அழிக்கும்போது வெளிறிய உதடுகளுடனும், வயதின் முதிர்ச்சியை உதடுகளில் காட்டிய பெண்களும் இருந்தனர். மேற்கூரையிலிருந்து வரும் மெல்லிய வெளிச்சத்திலும், நான்கு சுவர்களில் இருந்த வெல்வெட்டின் பிரதிபலிப்பிலும், இளம்பெண் லேசாக ஒப்பனைச் செய்யப்பட்டிருக்கிறாளா இல்லையா என்பது தெளிவாகத் தெரியவில்லை. ஆனால், அவள் புருவங்களை மழிக்கும் அளவுக்கு அவள் செல்லவில்லை. உதடுகளும் அவற்றுக்கிடையேயான பற்களும் புதுப் பொலிவுடன் இருந்தன. அவளால் வாயில் நறுமணம் பூசியிருக்க முடியாது என்பதால், அவருக்கு ஒரு இளம் பெண்ணுடைய வாசனை

வந்தது. எகுச்சிக்கு அகலமான, கருமையான முலைக்காம்புகள் பிடிக்கவில்லை. அவர் போர்வையை உயர்த்தியபோது அவர் பார்த்த பார்வையில், அவளுடையது இன்னும் சிறியதாகவும் இளஞ்சிவப்பு நிறமாகவும் இருந்தது. அவள் முகத்தை நிமிர்த்தித் தூங்கிக் கொண்டிருந்தாள். அவர் அவள் மார்பில் முத்தமிடலாம். ஏனென்றால், அவர் முத்தமிடுவதை அவள் விரும்பவில்லை என்றால் அவள் நிச்சயமாக ஒரு பெண் இல்லை. அவரது வயதுடைய ஒரு மனிதனுக்கே அப்படி என்றால், வீட்டிற்கு வந்த உண்மையான வயதானவர்கள் மகிழ்ச்சியில் தங்களை இழக்க நேரிடும். வாய்ப்புகளை ஏற்படுத்திக்கொள்ளவும், எந்த விலையையும் கொடுக்கத் தயாராகவும் இருக்க வேண்டும் என்று எகுச்சி நினைத்தார். அவர்களில் பேராசை பிடித்தவர்கள் இருந்திருக்கலாம். அவர்களுடைய உருவங்கள் எகுச்சியின் மனதிலிருந்து முற்றிலும் மறைந்திருக்கவில்லை. அந்தப் பெண் தூங்கிக்கொண்டிருந்தாள் எதுவும் தெரியாததுபோல். இப்போது இந்த முகமும் வடிவமும் தீண்டப்படாமலும் கறைபடாமலும் இருக்குமா? அவள் மிகவும் அழகாகத் தூங்கிக்கொண்டிருந்ததால், இது போன்ற அசிங்கமான எண்ணங்கள் வழிநடத்துவதை எகுச்சி நிறுத்தினார். அவருக்கும் மற்ற முதியவர்களுக்கும் உள்ள வித்தியாசம் இன்னும் அவருக்குள் இருந்த ஒரு மனிதன் செயல்பட ஏதாவது இருந்ததா? மற்றவர்களுடன், அந்தப் பெண் நிர்வாணமான தூக்கத்தைக் கழித்திருப்பாள். அவளைத் தூண்டிவிட அவர் இரண்டுமுறை மெதுவாக முயற்சி செய்தார். தற்செயலாக அந்தப் பெண் தன் கண்களைத் திறந்தால் என்ன செய்ய வேண்டும் என்று அவருக்கே தெரியவில்லை. ஆனால், அவர் அவள்மீது இருந்த ஈர்ப்பினால் முயற்சி செய்திருக்கலாம். அல்லது, அது அவரது சொந்தக் கவலை மற்றும் வெறுமையிலிருந்து வந்ததாக அவர் நினைத்தார்.

"ஒருவேளை நான் தூங்கச் செல்ல வேண்டுமா?" தேவையில்லாமல் முணுமுணுத்துக்கொண்டார். மேலும்,

அவர் கூறினார்: "இது எப்போதும் இல்லை. என்றென்றும் இல்லை. அவளுக்காகவோ எனக்காகவோகூட இல்லை."

அவர் கண்களை மூடினார். இந்த விசித்திரமான இரவு, மற்ற எல்லா இரவுகளையும் போலவே, அவர் காலையில் உயிருடன் எழுந்திருப்பார். இளம்பெண்ணின் முழங்கை, அவள் ஆள்காட்டி விரலை அவள் வாயில் தொட்டபடி, அவர் அருகில் வந்தது. அவள் மணிக்கட்டை எடுத்துத் தன் பக்கத்தில் கொண்டு வந்தார். ஆள்காட்டி விரலுக்கும் கட்டை விரலுக்கும் நடுவே மணிக்கட்டைப் பிடித்துக்கொண்டு அவளது துடிப்பை உணர்ந்தார். அது மென்மையாகவும் வழக்கமானதாகவும் இருந்தது. அவளது அமைதியான மூச்சு எகுச்சியின் சுவாசத்தைவிட சற்று மெதுவாக இருந்தது. அவ்வப்போது காற்று மீண்டும் மீண்டும் வீட்டைக் கடந்து சென்றது. ஆனால், அது குளிர்காலம் நெருங்கி வரும் சப்தத்தை உணர்த்தவில்லை. உயர்ந்த குன்றின்மீது அலைகள் மோதி ஏற்படுத்தும் இரைச்சல் தணிந்தது. பெண்ணின் உடலில் ஒலிக்கும் இசையானது, இதயம் துடிப்பு, மணிக்கட்டில் உள்ள துடிப்பு என அதன் எதிரொலி கடலிலிருந்து மேலே வருவது போல் தோன்றியது. இசையுடன் அந்த நேரத்தில், ஒரு தூய வெள்ளை வண்ணத்துப்பூச்சி அவரது மூடிய கண் இமைகளைக் கடந்து நடனமாடியது. அவள் மணிக்கட்டிலிருந்து கையை எடுத்தார். வேறு எங்கும் அவர் அவளைத் தொடவில்லை. அவளின் மூச்சு, அவள் உடல், முடி, இவை எதிலும் அவளுடைய வாசனை வலுவாக இல்லை.

எகுச்சி, பல நாட்களுக்கு முன் கியோட்டோவுக்குத் திரும்பி வரும் வழியில், அந்தப் பெண்ணுடன் இருந்த பல நாட்களை நினைத்துப் பார்த்தார். மார்பு, இரத்தத்தால் ஈரமாக இருந்தது. ஒரு வேளை அந்த நினைவாற்றல் தெளிவாக இருந்ததாலோ என்னவோ, அவர் அருகில் இருந்த புதிய இளம் உடலின் சூடு மெல்ல மெல்ல அவரிடமும் பரவியது. மேற்கு மாகாணங்களிலிருந்து கியோட்டோ வரையிலான இரயில் பாதையில் பல குறுகிய சுரங்கப்பாதைகள் இருந்தன.

ஒவ்வொருமுறையும் அவர்கள் ஒரு சுரங்கப்பாதைக்குச் செல்லும்போது, அந்தப் பெண், பயந்துபோனது போல், எகுச்சியின் மேல் தன் முழங்காலைப் போட்டுக்கொண்டு, அவரது கையைப் பிடித்துக்கொள்வாள். ஒவ்வொருமுறையும் அவர்கள் வெளியே வரும்போது ஒரு குன்று அல்லது ஒரு சிறிய பள்ளத்தாக்கின் மேல் வானவில் இருக்கும்.

"எவ்வளவு அழகானது," அவள் ஒவ்வொரு முறையும் கூறுவாள், அல்லது "எவ்வளவு நன்றாக இருக்கிறது" என்று ஒவ்வொரு சிறிய வானவில்லுக்கும் அவள் ஒரு பாராட்டு வார்த்தை வைத்திருந்தாள். இடது மற்றும் வலதுபுறமாகத் தேடி, ஒவ்வொருமுறையும் அவர்கள் ஒரு சுரங்கப்பாதையிலிருந்து வெளியே வரும்போது அவள் ஒன்றைக் கண்டுபிடித்தாள் என்று சொன்னால் அது மிகையாகாது. சில சமயங்களில் மிக அரிதாகவே காண முடியாத அளவுக்கு மங்கலாக இருக்கும். இந்த விசித்திரமான ஏராளமான வானவிற்களில் ஏதோ ஒரு அச்சுறுத்தலை அவள் உணர்ந்தாள்.

"அவர்கள் எங்களைப் பின்தொடர்கிறார்கள் என்று நீங்கள் நினைக்கவில்லையா? நாங்கள் கியோட்டோவுக்கு வரும்போது அவர்கள் எங்களைப் பிடித்து விடுவார்கள் என்று எனக்குத் தோன்றுகிறது. அவர்கள் என்னைத் திரும்ப அழைத்துச் சென்றால் அவர்கள் என்னை மீண்டும் வீட்டை விட்டு வெளியே விட மாட்டார்கள்."

கல்லூரிப் படிப்பை முடித்துவிட்டு வேலைக்குச் சென்ற எகுச்சிக்கு, கியோட்டோவில் வாழ்க்கை நடத்த வழியில்லை. மேலும், அவரும் அந்தப் பெண்ணும் சேர்ந்து தற்கொலை செய்து கொள்ளாவிட்டால், அவர்கள் தற்போது டோக்கியோவுக்குத் திரும்பிச் செல்ல வேண்டும் என்பது அவருக்குத் தெரியும். ஆனால், சிறிய வானவில்லிலிருந்து, அந்தப் பெண்ணின் ரகசியப் பாகங்களின் தூய்மை அவர் முன் வந்து விடவில்லை. கனசாவாவில் உள்ள ஆற்றங்கரையில் உள்ள ஒரு விடுதியில்

அவர் அதைப் பார்த்தார். அது பனிப்பொழிவு நிறைந்த ஒரு இரவில் நடந்தது. அவர் அந்தப் பெண்ணின் தூய்மையான பாகத்தால் மிகவும் பாதிக்கப்பட்டிருந்ததால், அவர் மூச்சு விடாமல், கண்ணீர் பெருகுவதை உணர்ந்தார். அன்றிலிருந்து இன்றுவரை பெண்களிடத்தில் இத்தகைய தூய்மையை அவர் கண்டதேயில்லை. மேலும், அவர் அனைத்துத் தூய்மையையும் புரிந்து கொண்டார். ரகசிய இடங்களில் சுத்தம் செய்வது பெண்ணின் சொந்தச் சொத்து என்று அவர் நினைத்தார். அந்த எண்ணம் அகல வேண்டுமென்பதற்காகச் சிரிக்க முயன்றார். ஆனால், ஏக்கத்தின் ஓட்டத்தில் அது ஒரு உண்மையாக மாறியது. மேலும், அது முதியவர் எகுச்சியிலிருந்து விடுபடாமல் இன்னும் ஒரு வலுவான நினைவாக மாறியிருந்தது. இளம்பெண்ணின் குடும்பத்தினரால் அனுப்பப்பட்ட ஒரு நபர் அவளை மீண்டும் டோக்கியோவிற்கு அழைத்துச் சென்றார். விரைவில் அவள் திருமணம் செய்துகொண்டாள்.

அவர்கள் ஷினோபாசு குளத்தில் சந்திக்கும் வாய்ப்பு கிடைத்தபோது, அந்தப் பெண்ணின் முதுகில் ஒரு குழந்தை கட்டப்பட்டிருந்தது. குழந்தை ஒரு வெள்ளை கம்பளி தொப்பி அணிந்திருந்தது. அது இலையுதிர் காலம், குளத்திலுள்ள தாமரைகள் வாடியிருந்தன. இன்றிரவு அவரது மூடிய இமைகளுக்குப் பின்னால் வெள்ளை வண்ணத்துப்பூச்சி வந்து நடனமாட வாய்ப்பிருக்கிறது, அது அந்த வெள்ளைத் தொப்பியின்பால் அழைக்கப்பட்டிருக்கலாம்.

அவர்கள் குளத்தின் அருகே சந்தித்தபோது, எகுச்சி நினைத்ததெல்லாம் அவள் மகிழ்ச்சியாக இருக்கிறாளா என்று கேட்பதுதான்.

"ஆமாம்." அவள் உடனடியாகப் பதிலளித்தாள். "நான் மகிழ்ச்சியாக இருக்கிறேன்." ஒருவேளை வேறு பதில் இல்லையென்றால்.

"ஏன் இங்கே உன் முதுகில் ஒரு குழந்தையுடன் தனியாக நடந்து செல்கிறாய்?" இது ஒரு விசித்திரமான கேள்வி. அந்தப் பெண் அவரது முகத்தை மட்டும் பார்த்தாள்.

"ஆணா அல்லது பெண்ணா?"

"அது ஒரு பெண். நிஜமாகவே! அதைப் பார்த்ததும் உங்களால் கண்டுபிடிக்க முடியவில்லையா?"

"குழந்தை என்னுடையதா?"

"இல்லை." இளம்பெண் கோபத்துடன் தலையை ஆட்டினாள். "இல்லை."

"ஓ? சரி, அப்படியானால், நீங்கள் இப்போது சொல்ல வேண்டியதில்லை. உங்களுக்குத் தோன்றும் போது நீங்கள் அப்படிச் சொல்லலாம். பல வருடங்களுக்குப் பிறகு கூட."

"இல்லை. அது உண்மை இல்லை. நான் உங்களைக் காதலித்ததை மறக்கவில்லை. ஆனால், நீங்கள் எதையும் கற்பனை செய்ய வேண்டாம். நீங்கள் அவளுக்குப் பிரச்சினையை மட்டுமே செய்யாதீர்கள்."

"ஓ?" குழந்தையின் முகத்தைப் பார்க்க எகுச்சி எந்த முயற்சியும் செய்யவில்லை. ஆனால், அவர் அந்தப் பெண்ணைப் பார்த்துக் கொண்டே இருந்தார். சிறிது தூரம் சென்றதும் திரும்பிப் பார்த்தாள். அவர் இன்னும் அவளைப் பார்த்துக் கொண்டிருப்பதைக் கண்டு அவள் நடையை வேகப்படுத்தினாள். அவர் அவளை மீண்டும் பார்க்கவில்லை. பத்து வருடங்களுக்கு முன்பே அவள் மரணத்தைப் பற்றி கேள்விப்பட்டார். இப்போது அறுபத்தேழு வயதாகும் எகுச்சி, பல நண்பர்களையும் உறவுகளையும் இழந்துவிட்டார். ஆனால், அந்தப் பெண்ணின் நினைவு அவருக்குள் இன்னும் பசுமையாக இருந்தது. இப்போது நினைவில் இருக்கும் மூன்று விஷயங்கள், அந்தக் குழந்தையுடைய வெள்ளைத் தொப்பி, அந்த ரகசிய இடத்தின் தூய்மை, மார்பகத்தின் ரத்தம்.

அநேகமாக எகுச்சியைத் தவிர அந்த ஒப்பற்ற விஷயத்தை அறிந்தவர்கள் உலகில் யாருமே இல்லை தூய்மையும், மற்றும் அவரது மரணமும், இப்போது வெகு தொலைவில் இல்லை. அது இந்த உலகிலிருந்து முற்றிலும் மறைந்துவிடும். வெட்கப்பட்டாலும், அவர் பார்க்கிற மாதிரியே அவரைப் பார்க்கவிட்டாள். ஒருவேளை அது பெண்களின் வழியாக இருக்கலாம். ஆனால், அந்த இளம்பெண்ணிற்குச் சுத்தமாகத் தெரியாது என்பதில் சந்தேகமில்லை. அவளால் அதைப் பார்க்க முடியவில்லை.

அதிகாலையில் அவர்கள் கியோட்டோவுக்குச் சென்றதும், எகுச்சியும் இளம்பெண்ணும் ஒரு மூங்கில் தோட்டத்தின் வழியாக நடந்தார்கள். காலை வெளிச்சத்தில் மூங்கில் வெள்ளிபோல மின்னியது. எகுச்சியின் நினைவில், இலைகள் நன்றாகவும் மென்மையாகவும் தூய வெள்ளிபோலவும், மேலும் மூங்கில் தண்டுகளும்கூட வெள்ளிபோல இருந்தன. தோட்டத்தை ஒட்டிய பாதையில் முட்செடிகளும் பனிப்பூக்களும் மலர்ந்திருந்தன. அவரது நினைவில் மிதக்கும் பாதை அப்படித்தான் இருந்தது. பருவத்தில் சில குழப்பங்கள் இருப்பதாகத் தோன்றியது. அவர்கள் பாதையைக் கடந்து ஒரு நீல நிற ஓடையை அடைந்தார்கள், அங்கு ஒரு நீர்வீழ்ச்சி கர்ஜித்தது, அதன் துளிகளில் சூரிய ஒளி பிரகாசித்தது. அருவியில் பெண் நிர்வாணமாக நின்றாள். உண்மைகள் வேறுபட்டவை. ஆனால், காலப்போக்கில் எகுச்சியின் மனம் அவர்களை அவ்வாறு செய்தது. அவருக்கு வயதாகும்போது, கியோட்டோவின் மலைகள் மற்றும் சிகப்பு வண்ணத்தில் கொத்துக் கொத்தாக இருக்கும் பைன் தண்டுகள் சில சமயங்களில் இளம்பெண்ணின் நினைவுகளை மீண்டும் எகுச்சிக்குக் கொண்டு வரலாம். ஆனால், இன்றிரவு போன்ற தெளிவான நினைவுகள் அரிதாகவே இருந்தன. அந்த நினைவுகளை அழைத்தது தூங்கும் பெண்ணின் இளமையா?

முதியவர் எகுச்சி விழித்திருந்தார், தூங்குவதற்கு வாய்ப்பில்லை. குட்டி வானவில்லைப் பார்த்த பெண்ணைத் தவிர மற்ற

உறங்கும் அழகிகளின் இல்லம் | 37

பெண்களை அவர் நினைவில் கொள்ள விரும்பவில்லை. தூங்கும் பெண்ணை நிர்வாணமாகப் பார்க்கவும், அவளைத் தொடவும் அவர் விரும்பவில்லை. முகத்தைத் திருப்பிக் கொண்டு மீண்டும் தலையணையில் இருந்த பொட்டலத்தைத் திறந்தார். அது தூக்க மருந்து என்று விடுதியின் பெண் கூறியிருந்தாள். ஆனால், எகுச்சி தயங்கினார். அது என்னவாக இருக்கும், இளம்பெண்ணிற்குக் கொடுக்கப்பட்ட மருந்தாக இருக்குமா இல்லையா என்பது அவருக்குத் தெரியவில்லை. அவர் ஒரு மாத்திரையை எடுத்து வாயில் போட்டுக்கொண்டு, தண்ணீரைப் பருகினார். ஒருவேளை அவர் தூங்குவதற்குமுன் குடிக்கப் பழகியிருந்தாலும், தூக்க மருந்துக்குப் பழக்கமில்லை. அவர் விரைவில் தூக்கத்திற்கு இழுக்கப்பட்டார். அவருக்கு ஒரு கனவு வந்தது.

அவர் ஒரு பெண்ணின் அரவணைப்பில் இருந்தார், ஆனால், அவளுக்கு நான்கு கால்கள் இருந்தன. நான்கு கால்களும் அவரைச் சுற்றிப் பின்னிப் பிணைந்திருந்தன. அவளிடம் கைகளும் இருந்தன. பாதி விழித்திருந்தாலும், நான்கு கால்கள் விசித்திரமாக இருப்பதாக நினைத்தார். ஆனால், அவர் அதை வெறுக்கவில்லை. அந்த நான்கு கால்களில் இரண்டு மிகவும் எரிச்சலூட்டும் வகையில், அவருடன் பிணைந்திருந்தன. ஒருவருக்கு இதுபோன்ற கனவுகள் வருவதற்கு இந்த மருந்தும் ஒரு காரணம் என்று நினைத்தார். அந்தப் பெண் அவரிடமிருந்து விலகி, தன் இடுப்பை அவரை நோக்கித் திருப்பினாள். அவருக்கு ஏதோ ஒன்று தொடுவது போலவும், அவளது இடுப்பை விட அவள் தலை அதிகத் தூரத்தில் இருந்ததைப் போலவும் தோன்றியது. பாதி உறக்கத்திலும் பாதி விழிப்பிலும், நீண்டிருந்த கூந்தலை அவரை நோக்கி விரித்து அதைச் சீவுவது போல் விளையாடினார். அதன் பிறகு அவர் தூங்கிவிட்டார்.

அவரது அடுத்த கனவு மிகவும் விரும்பத்தகாதது. அவரது மகள்களில் ஒருத்தி மருத்துவமனையில் சிதைந்த குழந்தையைப் பெற்றெடுத்தாள். துக்கத்திலிருந்து எழுந்த, முதியவருக்கு அது

என்ன வகையான குறைபாடு என்பதை நினைவில் கொள்ள முடியவில்லை. ஒருவேளை அவர் நினைவில் கொள்ள விரும்பவில்லை. எப்படியிருந்தாலும், அது அருவருப்பானது. குழந்தை உடனடியாகத் தாயிடமிருந்து எடுக்கப்பட்டது. அது மகப்பேறு அறையில் ஒரு வெள்ளை திரைக்குப் பின்னால் இருந்தது. அவள் சென்று அதைத் துண்டுத் துண்டாக வெட்டத் தொடங்கினாள். அதைத் தூக்கி எறியத் தயாராகிறாள். எகுச்சியின் நண்பரான மருத்துவர், வெள்ளை நிறத்தில் அவள் அருகில் நின்று கொண்டிருந்தார். எகுச்சியும் அவள் அருகில் இருந்தார். அவர் இப்போது விழித்திருந்தார். அதன் திகிலிலிருந்து முணுமுணுத்தார். நான்கு சுவர்களில் இருந்த கருஞ்சிவப்பு நிற வெல்வெட் அவரைத் திடுக்கிடச் செய்தது. அவர் முகத்தில் கைகளை வைத்து நெற்றியைத் தடவினார். அது ஒரு பயங்கரமான கனவாக இருந்தது. தூக்க மருந்தில் சாத்தானை மறைத்துவைக்க வாய்ப்பில்லை. முறைதவறிய இன்பத்தைத் தேடி வந்த அவர், ஒரு தவறான கனவு கண்டாரா? அவர் தனது மூன்று மகள்களில் யாரைக் கனவில் கண்டார் என்று அவருக்குத் தெரியவில்லை. அவர் அறிய முயலவில்லை. மூவரும் சாதாரணக் குழந்தைகளைப் பெற்றெடுத்திருந்தனர்.

முடிந்திருந்தால் எகுச்சி வெளியேற விரும்பியிருப்பார். ஆனால், ஆழ்ந்த உறக்கத்தில் விழ, மற்ற மாத்திரையை உட்கொண்டார். குளிர்ந்த நீர் தொண்டைக்குள் இறங்கியது. அந்தப் பெண் இன்னும் அவரிடம் நெருங்கினாள். அவளால் முடியும் -அது சாத்தியமற்றது அல்ல- அசிங்கமானதைத் தாங்கிக்கொண்டாள். அவர் தோள்பட்டை மீது அவளது கை விழுந்தது.

"இந்தப் பக்கம் பார்."

பதில் சொல்வது போல் அவள் திரும்பினாள். அவளின் ஒரு கை அவர் மார்பின் மீது விழுந்தது. குளிரில் நடுங்குவது போல் ஒரு கால் அவரை நோக்கி வந்தது. அதனால்,

உறங்கும் அழகிகளின் இல்லம் | 39

அவளைக் குளிரிலிருந்து சூடாக்க முயன்றார். ஒரு சிறு சத்தம் வந்தது, அது அவளது வாயிலிருந்தா அல்லது மூக்கிலிருந்தா என்று அவருக்குச் சரியாகத் தெரியவில்லை.

"நீயும் கனவு காண்கிறாயா?" என்று கேட்டார்.

ஆனால், முதியவர் எகுச்சி விரைவாகத் தூக்கத்தின் ஆழத்தில் மூழ்கினார்.

2

முதியவர் எகுச்சி, தான் மீண்டும் அந்த 'உறங்கும் அழகிகளின் இல்லத்திற்கு' செல்வோம் என்று நினைக்கவில்லை. அந்த முதல்நாள் இரவை அவர் அங்கே கழித்தபோது மீண்டும் அங்குப் போக வேண்டும் என்று அவருக்குத் தோன்றவில்லை. அவர் காலையில் கிளம்பும்போது வரை அப்படித்தான் நினைத்திருந்தார்.

பதினைந்து நாட்களுக்குப் பிறகு அன்று இரவு "மீண்டும் சந்திக்க விரும்புகிறீர்களா?" என்று ஒரு தொலைபேசி அழைப்பு வந்தது. அந்தக் குரல் ஒரு நாற்பது வயதுடைய பெண்ணுடையதுபோல் இருந்தது. அந்தக் குரல் தொலைப்பேசியில் கேட்பதற்குக் கிசுகிசுப்பாகக் குளிர்ந்த அமைதியான இடத்திலிருந்து ஒலித்தது.

"இப்போது நீங்கள் புறப்பட்டால், நான் உங்களை எப்போது சந்திப்பேன்?"

"ஒன்பது மணிக்குப் பிறகு என நினைக்கிறேன்."

"அது மிகவும் விரைவாக இருக்கும். அந்த இளம்பெண் இன்னும் வரவில்லை அவள் இங்கு இருந்திருந்தால்கூட தூங்கியிருக்கமாட்டாள்."

திடுக்கிட்ட எகுச்சி பதில் எதுவும் சொல்லவில்லை.

"நான் அவளைப் பதினொரு மணிக்குள் தூங்கவைக்க முடியும். அதன்பிறகு உங்களுக்காக நான் காத்திருப்பேன்."

அந்தப் பெண்ணின் பேச்சு பொறுமையாகவும் அமைதியாகவும் இருந்தது. ஆனால், எகுச்சியின் இதயம் வேகமாகத் துடித்தது.

"சுமார் பதினொருமணி, சரியா", என்று கூறியவுடன் அவர் தொண்டை வறண்டுபோனது.

அவள் தூங்குகிறாளா இல்லையா என்பதா முக்கியம். அவர் அதைத் தீவிரமாகச் சொல்லியிருக்கக் கூடாது. ஆனால், எப்படியோ வார்த்தைகள் தொண்டையில் சிக்கிக் கொண்டது. அவள் உறங்குவதற்கு முன் அவளைச் சந்திக்க விரும்பினார் என்று அவளிடம் சொல்லியிருக்க வேண்டும். அவர் மனம் அந்த வீட்டின் ரகசிய விதிகளுக்கு எதிராக மாறியிருந்து. அது ஒரு வித்தியாசமான விதி என்பதால் அதை இன்னும் கண்டிப்பாகப் பின்பற்ற வேண்டியிருந்தது. ஒருமுறை அது உடைந்தது என்றால் அந்த இடம் ஒரு சாதாரண விபச்சார விடுதியைக் காட்டிலும் மோசமானதாக இருக்கும். வயதானவர்களின் பரிதாபகரமான வேண்டுகோள்கள், கவர்ச்சிகள் அனைத்தும் மறைந்துவிடும். ஒன்பது மணி என்பது சீக்கிரம், அந்தப் பெண் தூங்கியிருக்க மாட்டாள், பதினொரு மணிக்குள் தூங்கிவிடுவாள் என்று சொல்லப்பட்டவுடன் தனக்கு மூச்சுமுட்டியதைக் கண்டு எகுச்சியே திடுக்கிட்டார். ஒவ்வொரு நாளும் இவ்வுலகத்திலிருந்து திடீரென விலகிச் செல்லப்படுவதை ஆச்சரியம் என்று அழைக்கலாமா? ஏனெனில் அந்தப் பெண் தூங்கிக்கொண்டிருப்பாள். நிச்சயம் எழுந்திருக்கமாட்டாள்.

அவர் பதினைந்து நாட்களுக்குப் பிறகு தான் மீண்டும் போகவே விரும்பாத அந்த வீட்டிற்கு மிக விரைவாக அல்லது மெதுவாகச் சென்றாரா? எந்தவொரு சந்தர்ப்பத்திலும் அவருள் எழுந்த விருப்பத்தைத் தன் மனோபலத்தால் எதிர்க்கவில்லை. அவர் இந்த வகையான மோசமான முதுமையின் துணிச்சலில் ஈடுபட விரும்பவில்லை.

உண்மையில் அவர் அந்த இடத்திற்குச் சென்ற மற்ற ஆண்களைப் போல இன்னும் முதுமை அடையவில்லை. இன்னும் அந்த மோசமான முதல் வருகையின் அனுபவம் அவரை விட்டு விலகவில்லை, அந்தக் குற்றவுணர்வு இருந்து கொண்டேயிருந்தது. ஆனால், அவர் தனது அறுபத்தேழு வருடங்களில் இப்படி ஓர் இரவை சுத்தமாகக் கழித்ததில்லை என்று உணர்ந்தார். தூக்கமருந்து வேலை செய்ததாகத் தோன்றியது. வழக்கத்தை விட எட்டு மணிவரை அவர் தூங்கினார். அவருடைய எந்தப் பகுதியும் அந்தப் பெண்ணைத் தீண்டவில்லை. அவளுடைய இளமையான அரவணைப்பும், மென்மையான வாசனையும், அது ஒரு இனிமையான குழந்தையின் விழிப்புப் போல இருந்தது.

அந்தப் பெண் தன் முகத்தை அவரை நோக்கியவாறு படுத்திருந்தாள், அவள் தலையைச் சற்று முன்னோக்கியும், மார்பகங்கள் பின்னோக்கியும் வைத்திருந்தாள், அவள் தாடையின் நிழலில் புதிய, மெல்லிய கழுத்தில் அரிதாகவே உணரக்கூடிய கோடு இருந்தது. அவளது நீண்ட தலைமுடி அவளுக்குப் பின்னால் இருந்த தலையணையின் மேல் படர்ந்திருந்தது. நேர்த்தியாக மூடிய உதடுகளை உற்றுப் பார்த்தார். அவள் கன்னித் தன்மை உடையவள் என்பதைச் சந்தேகிக்கவில்லை. இமைகள் மற்றும் புருவங்களின் முடிகள் தனித்தனியாகத் தெரியும்படி அவருடைய வயதான கண்களுக்கு அருகில் இருந்தாள். அவளது தோலில் ஒளிரும் தன்மையையும் மயிர்குச்சிகளையும் அவரால் காண முடியவில்லை. முகத்திலும் கழுத்திலும் ஒரு மச்சம்கூட இல்லை. அவர் கெட்ட கனவுகளை மறந்துவிட்டார். அந்தப் பெண்ணின் மீது பாசம் பொங்கி வழிந்ததால், அந்தப் பெண்ணால், தான் காதலிக்கப்படுகிறோம் என்ற குழந்தை உணர்வு அவருக்கு ஏற்பட்டது. அவர் அவளுடைய மார்பகத்தை உணர்ந்தார், அதை மெதுவாக கையில் ஏந்தினார். அந்த ஸ்பரிசத்தில் ஏதோ ஒரு விசித்திரமான மினுமினுப்பு இருந்தது. இது எகுச்சியின் சொந்தத் தாயின்

மார்பகத்தைப் போல இருந்தது. அவர் சட்டென கையை விலக்கினார். ஆனால், அவருடைய அந்த உணர்வு அவள் மார்பிலிருந்து தோள்களுக்குச் சென்றது.

அடுத்த அறையின் கதவு திறக்கும் சத்தம் கேட்டது.

"நீங்கள் விழித்திருக்கிறீர்களா?" அந்த வீட்டுப் பெண் கேட்டாள். "நான் காலை உணவைத் தயார் செய்திருக்கிறேன்."

"ஆம்" எகுச்சி அவசரமாகக் கூறினார். ஜன்னல்கள் வழியாகக் காலை சூரியன் வெல்வட் திரைச்சீலைகளில் பட்டு பிரகாசமாக ஒளிர்ந்தது. ஆனால், காலை வெளிச்சம் கூரையிலிருந்து வரும் மென்மையான ஒளியுடன் கலக்கவில்லை.

"அப்படியானால் நான் அதைக் கொண்டுவரட்டுமா?"

"சரி."

அவராக எழுந்து அந்த இளம்பெண்ணின் தலைமுடியை மென்மையாகக் கோதினார்.

அந்த இளம்பெண் எழுவதற்குள் அந்தப் பெண் தன் வாடிக்கையாளரை அனுப்பிவிடுகிறாள் என்பதை அவர் அறிந்தார். ஆனால், அவள் அவருக்குக் காலை உணவைப் பரிமாறியபோது அமைதியாக இருந்தாள். அந்தப் பெண்ணை எப்போது வரை தூங்கவைப்பார்கள்? ஆனால், தேவையில்லாத கேள்விகளைக் கேட்க முடியாது.

"மிக அழகான பெண்" என்று அலட்சியமாகச் சொன்னார்.

"ஆம். நீங்கள் இனிமையான கனவு கண்டீர்களா?"

"இது எனக்கு ஒரு இனிமையான கனவைத் தந்தது."

"காற்று மற்றும் அலைகள் அமைதியாகிவிட்டன" அந்தப் பெண் பேச்சை மாற்றினாள். "இதை அவர்கள் இந்தியக் கோடை என்று அழைப்பர்." இப்போது, மாதத்தின் மத்தியில்

இரண்டாவது முறையாக வரும். முந்தைய வருகையின் ஆர்வத்தை அவர் உணரவில்லை. ஒருவித அசௌகரியம். ஆனால், உற்சாகம் மிகுந்திருந்தது. ஒன்பது மணியிலிருந்து பதினொரு மணிவரை காத்திருந்த பொறுமையின்மை ஒருவிதப் போதையை வரவழைத்திருந்தது.

அதே பெண்தான் அவருக்காக வாயிற்கதவைத் திறந்தாள். அதே அறைக்கு அழைத்துச் சென்றாள். தேநீர் மீண்டும் நன்றாக இருந்தது. அவர் தனது முந்தைய வருகையை விட மிகவும் பதற்றமாக இருந்தார். ஆனால், அவர் பழைய மற்றும் அனுபவம் கொண்ட வாடிக்கையாளரைப் போல நடந்து கொண்டார்.

"இங்கே மிகவும் சூடாக இருக்கிறது" என்று அவர் கூறினார், இலையுதிர்கால இலைகளில் மலைக் கிராமத்தின் படத்தைச் சுற்றிப் பார்த்தார், "மேப்பில் இலைகள் உண்மையில் சிவப்பு நிறமாக மாறாமல் வாடிவிடும் என்று நான் நினைகின்றேன். ஆனால், அது பழுப்பாகிறது. உங்கள் தோட்டத்தை நான் நன்றாகப் பார்க்கவில்லை" உரையாடலை மேற்கொள்ள இது ஒரு சாத்தியமற்ற வழியாகும்.

"எனக்கு ஆச்சரியமாக இருக்கிறது," அந்தப் பெண் அலட்சியமாகக் கூறினாள். "எனக்கு மிகவும் குளிராக உள்ளது. மின்சாரப் போர்வையைப் போட்டுக்கொள்கிறேன், ஒரு போர்வைக்கு இரண்டு ஸ்விட்ச் உள்ளது. உங்களுக்கு ஏற்றவாறு உங்கள் பக்கத்தை நீங்கள் சரிசெய்யலாம்."

"நான் ஒருபோதும் மின்சாரப் போர்வையின் கீழ் தூங்கியதில்லை."

"நீங்கள் விரும்பினால் உங்கள் பக்கத்தை அணைக்கலாம். ஆனால், நீங்கள் பெண்ணின் பக்கத்தை விட்டுவிடுமாறு நான் கேட்க வேண்டிவரும்."

ஏனென்றால் அவள் நிர்வாணமாக இருப்பாள் என்பது, அந்த முதியவருக்குத் தெரியும்.

உறங்கும் அழகிகளின் இல்லம் | 45

"இது ஒரு சுவாரஸ்யமான யோசனை, இரண்டுபேர் தங்களுக்கு ஏற்றவாறு சரிசெய்யக்கூடிய ஒரு போர்வை."

"அது அமெரிக்கன். ஆனால், கொஞ்சம் கஷ்டப்பட வேண்டும். பெண்ணின் பக்கத்தை அணைத்துவிடவும். உங்களுக்குப் புரியும், என நான் நம்புகிறேன், அவளுக்கு எவ்வளவு குளிராக இருந்தாலும் அவள் எழுந்திருக்கமாட்டாள்."

அவர் பதில் சொல்லவில்லை.

"அவள் முன்பு இருந்தவளைவிட அதிக அனுபவம் வாய்ந்தவள்."

"என்ன?"

"அவளும் மிக அழகானவள். நீங்கள் எந்தத் தவறும் செய்ய மாட்டீர் என எனக்குத் தெரியும். அதனால், அவள் அழகாக இல்லாவிட்டால் அது சரியாக இருக்காது."

"இது அவள் இல்லையா?"

"இல்லை. இந்த மாலை வேறு ஒரு பெண் இருப்பது நல்லது தானே?"

"நான் அப்படியெல்லாம் விபச்சார விடுதிக்குச் சென்றுகொண்டிருப்பவன் அல்ல."

"விபச்சாரமா? ஆனால், நாங்கள் செய்துகொண்டிருப்பது விபச்சாரம் இல்லையே?"

அந்தப் பெண்ணின் எளிமையான பேச்சு அவளின் மெல்லிய கேலி புன்னகையை மறைப்பது போல் இருந்தது. "என்னுடைய விருந்தினர்கள் யாரும் விபச்சாரம் செய்வதில்லை. அவர்கள் அனைவரும் நான் நம்பக்கூடிய மனிதர்களாக இருப்பதற்குப் போதுமானவர்கள்." மெல்லிய உதட்டைக் கொண்ட அந்தப் பெண் பேசும்போது அவரைப் பார்க்கவில்லை. அப்பெண்ணின் கேலிப் பேச்சு எகுச்சியை விளிம்பிற்குத்

தள்ளியது. ஆனால், அவர் பதில் கூறுவதைப் பற்றி யோசிக்கவில்லை. எல்லாவற்றிற்கும் மேலாக அவள் என்ன, ஒரு குளிர்கலனில் பதப்படுத்தப்பட்டப் பொருளா?

"பிறகு இதை நீங்கள் விபச்சாரம் என்று கூட நினைக்கலாம். ஆனால், அந்தப் பெண் தூங்கிக்கொண்டிருக்கிறாள். யாருடன் தூங்கினாள் என்றுகூட அவளுக்குத் தெரியாது, இதற்கு முன்பு இருந்த பெண்ணுக்கும் இன்றிரவு இருக்கும் பெண்ணுக்கும் கூட உங்களைப்பற்றி எதுவும் தெரியாது. மேலும், விபச்சாரம் பற்றி இங்கு அதிகம் பேசுவதில்லை."

"அப்படியா, இது ஒன்றும் மனித உறவுமுறை இல்லையே."

"என்ன சொல்கிறீர்கள்?"

இப்போது ஆண்மகனாக இல்லாத ஒரு முதியவருக்குத் தூங்க வைக்கப்பட்ட ஒரு பெண்ணுடன் பழகுவது "இது ஒரு மனித உறவு அல்ல" என்று இப்போது அவர் வீட்டிற்கு வந்திருப்பதை விளக்குவது கடினமாகத்தான் இருக்கும்.

"மற்றும் விபச்சாரம் செய்வதில் என்ன தவறு?" அவளுடைய அந்த இளமையான குரல் விசித்திரமாக இருந்தது. அந்தப் பெண் அந்த முதியவரை ஆற்றுப்படுத்த ஒரு சிரிப்பு சிரித்தாள். "உங்களுக்கு அந்தப் பெண்ணின் மேல் அவ்வளவு பிரியம் இருந்தால், அடுத்தமுறை நீங்கள் வரும்போது நான் அவளையே இங்கு வரவழைக்கிறேன். ஆனால், இவள்தான் சிறந்தவள் என்று பிறகு ஒப்புக்கொள்வீர்கள்."

"ஓ? அவள் அனுபவம் வாய்ந்தவள் என்று நீங்கள் கூறும்போது நீங்கள் என்ன சொல்ல வருகிறீர்கள்? அவள் நன்றாகத் தூங்குகிறாள் அவ்வளவுதானே."

"ஆம்" அந்தப் பெண் எழுந்து, அடுத்த அறையின் கதவைத் திறந்து, உள்ளே பார்த்துவிட்டு, சாவியை முதியவர் எகுச்சியின் முன் வைத்தாள். "நீங்கள் நன்றாகத் தூங்குவீர்கள் என்று நம்புகிறேன்."

உறங்கும் அழகிகளின் இல்லம் | 47

எகுச்சி கோப்பையில் வெந்நீரை ஊற்றி, நிதானமாகத் தேநீரை அருந்தினார். நிதானமாக இருக்க வேண்டும் என்றுதான் அவர் நினைத்தார். ஆனால், அவரது கை நடுங்கியது. வயது காரணமாக அல்ல என்று அவர் முணுமுணுத்தார். அவர் இன்னும் நம்பக்கூடிய விருந்தாளியாக இருக்கவில்லை. இங்கு வந்த ஏளனத்துக்கும் அவமானத்துக்கும் ஆளான முதியோர்களை எல்லாம் பழிவாங்கும் வகையில், அவர் அந்த வீட்டின் விதியை மீறினால் எப்படி இருக்கும்? மேலும், இது அந்தப் பெண்ணுடன் பழகுவதற்கான வழி அல்லவா? அவள் எவ்வளவு அதிகமாகப் போதைப்பொருளுக்கு உட்படுத்தப்பட்டாள் என்று அவருக்குத் தெரியாது. ஆனால், அவரது முரட்டுத்தனத்தால் அவளை இன்னும் எழுப்ப முடியும் என்று அவர் நினைத்தார். ஆனால், அதை ஒரு சவாலாக அவரது மனம் ஏற்கவில்லை.

இந்த வீட்டிற்கு வந்த சோகமான மனிதர்களின் மோசமான முதுமையை எகுச்சியும் அடையப் பல வருடங்கள் ஆகப்போவதில்லை. உடலுறவின் அளவிட முடியாத விரிவையும், அதன் அடிமட்ட ஆழத்தையும், எகுச்சி தனது அறுபத்தேழாவது வயதில் உடலின் எந்தப் பகுதி அறியும்? மற்றும் முதியவர்களைச் சுற்றி, புதியதும், இளமையும் மற்றும் அழகான சதை எப்போதும் பிறந்து கொண்டேயிருக்கும். சோகமான முதியோர்களின் நிறைவேறாத கனவுக்கான ஏக்கமும், கிடைக்காமல் போன நாட்களின் வருத்தமும், அந்த ரகசிய வீட்டில் மறைத்து வைக்கப்படவில்லையா? விழித்தெழாத பெண்கள் வயதான ஆண்களின் சுதந்திரம் என்று எகுச்சி முன்பு நினைத்திருந்தார். தூங்கிக்கொண்டும் பேசாமலும் இருப்பவரிடம் முதியவர்கள் விரும்பியபடி பேசினார்கள்.

அவர் எழுந்து அடுத்த அறையின் கதவைத் திறந்தார், ஏற்கெனவே அவருக்கு ஒரு நெருக்கத்தைத் தூண்டும் வாசனை வந்தது. அவர் புன்னகைத்தார். அவர் ஏன் தயங்கினார்? அந்தப் பெண் தனது இரு கைகளையும்

மெத்தைமீது வைத்துப் படுத்திருந்தாள். அவளுடைய நகங்கள் இளஞ்சிவப்பு நிறத்தில் இருந்தன. அவளுடைய உதட்டுச்சாயம் அடர் சிவப்பு நிறத்தில் இருந்தது. அவள் முகம் நிமிர்ந்து இருக்கும்படி கிடந்தாள்.

"அவள் அனுபவசாலியா?" அவள் அருகில் வந்தபோது முணுமுணுத்தார். போர்வையின் அரவணைப்பால் அவள் கன்னங்கள் சிவந்திருந்தன, உண்மையில் அவள் முகம் முழுவதும் சிவந்திருந்தது. திரவிய வாசனை மிகுந்திருந்தது. அவள் இமைகளும் கன்னங்களும் நிறைந்திருந்தன. கழுத்து வெல்வெட் திரைச்சீலைகளின் கருஞ்சிவப்பு நிறத்தை எடுத்துக்காட்டும் அளவுக்கு வெண்மையாக இருந்தது. மூடிய கண்களோடு அவர்முன் தூங்குவதைப் பார்க்க இளம் சூனியக்காரி போல் இருந்தாள். அவர் ஆடைகளைக் களையும்போது, அவரது பின்பக்கமாக அவளின், கதகதப்பான வாசனை அவரை சூழ்ந்தது. அந்த வாசனை அந்த அறை முழுவதும் நிரம்பியிருந்தது.

முதியவர் எகுச்சி மற்ற பெண்ணுடன் இருந்ததைப் போல மெத்தனமாக இருக்க வாய்ப்பில்லை. இந்த ஒரு பெண்ணானவள். தூங்கினாலோ அல்லது விழித்திருந்தாலோ, ஒரு மனிதனை மிகவும் கடுமையாக தன்னை நோக்கி அழைத்தாள். அவர் வீட்டின் விதியை மீறினால், அவரது தவறான செயலுக்கு அவர் மட்டுமே காரணமாவார். அவர் கண்களை மூடிக்கொண்டு படுத்திருந்தார். பின்னாளில் வரப்போகும் இன்பத்தை ரசிப்பது போல் அவர் உள்ளத்திலிருந்து இளமையின் சூடு உதித்தது. இவரே நல்லவர் என்று சொன்னதும் அந்தப் பெண் நன்றாகப் பேசியிருந்தாள். ஆனால், அந்த வீட்டிற்கு வருகைதரும் அந்நியர்களால்கூட அத்தகைய பெண்ணைக் கண்டுபிடிக்க முடியும். அவர் வாசனை திரவத்தால் சூழப்பட்டிருந்தார். அவருக்கு வாசனைத் திரவியம் பற்றி பெரிதாகத் தெரியவில்லை என்பதால், அது அந்தப் பெண்ணின் வாசனையாகத் தோன்றியது. இப்படி ஒரு

உறங்கும் அழகிகளின் இல்லம் | 49

இனிமையான தூக்கத்தில் மூழ்குவதை விடப் பெரிய மகிழ்ச்சி வேறு எதுவும் இருக்க முடியாது. அவர் அதைத்தான் செய்ய விரும்பினார். அவர் அமைதியாக அவளை நோக்கிச் சென்றார். பதிலளிப்பதுபோல், அவள் மெதுவாக அவரை நோக்கித் திரும்பினாள், அவள் கைகள் அவரைத் தழுவுவது போல் போர்வையின் கீழ் நீண்டது.

"நீ விழித்திருக்கிறாயா?" அவள் தாடையை விலக்கி அசைத்துக் கேட்டார். "நீ விழித்திருக்கிறாயா?" அவர் கையில் அதிக பலம் கொடுத்தார். அவள் அதைத் தவிர்ப்பது போல் முகத்தைத் திருப்பிக் கொண்டாள், அப்படியே அவள் வாயின் ஒரு மூலை லேசாகத் திறக்க, அவரது ஆள்காட்டி விரலின் நகம் அவளது ஒன்றிரண்டு பற்களைத் தேய்த்தது. உடனே அதை விட்டுவிட்டார். அவள் உதடுகள் பிரிந்த நிலையில் இருந்தன. அவள் நிச்சயமாக ஆழ்ந்த தூக்கத்தில் இருந்தாள். வெறுமனே அவள் பாசாங்கு செய்யவில்லை.

இன்றிரவு வந்திருக்கும் பெண் முந்தைய இரவு வந்திருந்தப் பெண்ணிலிருந்து வேறுபட்டிருப்பாள் என்று எதிர்பார்க்காமல், அந்த வீட்டுப் பெண்ணிடம் எதிர்ப்புத் தெரிவித்திருந்தார். ஆனால், மீண்டும் மீண்டும் தூக்க மருந்தை உட்கொள்வது அந்தப் பெண்ணை மட்டுமே காயப்படுத்தும் என்பதை அவர் அறிந்திருந்தார். இளம்பெண்களின் ஆரோக்கியத்திற்காக எகுச்சி மற்றும் பிற வயதான ஆண்களும் "விபச்சாரத்தில் தள்ளப்பட்டனர்." ஆனால், இந்த மாடி அறைகள் ஒரு விருந்தினர்களுக்கு மட்டும் அல்லவே? எகுச்சிக்கு முதல் தளத்தைப் பற்றி அதிகம் தெரியாது. ஆனால், அது விருந்தினர்களுக்காக இருந்தால், அதில் ஒன்றுக்கும் மேற்பட்ட விருந்தினர் அறைகள் இருக்க முடியாது. அப்போது, இங்கு வரும் முதியவர்களுக்குப் பல பெண்கள் தேவை என்று அவர் நினைக்கவில்லை. மேலும், அவர்கள் அனைவரும் தங்களை அவரவர்களுக்குத் தெரிந்த முறையில் அழகுபடுத்திக்கொண்டார்கள். இன்றிரவு மற்றும் அதற்கு முந்தையதைப் போல?

எகுச்சியின் விரலுக்கு எதிரில் இருந்த அவளின் பல்லில் ஒட்டியிருந்த ஏதோவொன்று சற்று ஈரமாக இருப்பது போல் தோன்றியது. அவர் அதை அவள் வாயினுள் இரண்டு அல்லது மூன்று முறை முன்னும் பின்னுமாக நகர்த்தினார். வெளிப்புறத்தில் அவை பெரும்பாலும் உலர்ந்திருந்தன. ஆனால், உட்புறத்தில் அவை மென்மையாகவும் ஈரமாகவும் இருந்தன. வலதுபுறத்தில் இரண்டு பற்கள் வளைந்திருந்தன. கட்டை விரலுக்கும் ஆள்காட்டி விரலுக்கும் இடையில் வளைந்த ஜோடிப் பற்களைப் பிடித்தார். அவர் பற்களுக்குப் பின்னால் தன் விரலை வைக்க நினைத்தார். ஆனால், அவள் தூங்கிக்கொண்டிருந்தாலும், பற்களை இறுக்கி, அவற்றைத் திறக்க மறுத்துவிட்டாள். அவர் விரலை எடுத்துப் பார்த்தபோது அது சிவப்பு நிறமாக இருந்தது. உதட்டுச்சாயத்தை எதைக் கொண்டு துடைப்பார்? அதை தலையணை உறையில் துடைத்தால், அவள் முகம் குனிந்தபோது அவளே பூசிக்கொண்டது போல் இருக்கும். ஆனால் நாக்கால் ஈரப்படுத்தினால் ஒழிய அது வர வாய்ப்பில்லை என்று தோன்ற, சிவந்த விரலில் வாயைத் தொடுவதை நினைத்து வினோதமாகக் கிளர்ச்சியடைந்தார். அவள் நெற்றியில் இருந்த முடியில் அதைத் தேய்த்தார். தன் கட்டைவிரல் மற்றும் ஆள்காட்டி விரலால் தேய்த்து, ஐந்து விரல்களாலும் அவளது தலைமுடியைச் சுற்றிப் பார்த்துக் கொண்டிருந்தார். மேலும் படிப்படியாக அவருடைய நகர்வுகள் கடினமானதாக இருந்தது. இளம்பெண்ணுடைய முடியின் முனைகள் அவரது விரல்களுக்கு எதிராக மின்சாரத்தின் சிறிய தீப்பொறிகளை அனுப்பியது. முடியிலிருந்து வாசனை மிகுதியாக இருந்தது. மின்சாரப் போர்வையின் சூடு காரணமாகத்தான் அடியிலிருந்து வாசனை அதிகமாகப் பரவியது. அவர் அவள் தலைமுடியுடன் விளையாடும்போது, அதன் விளிம்புகளில் உள்ள கோடுகளைப் பார்த்தார். அது வரையப்பட்டதைப் போல, குறிப்பாக நீளமான கழுத்தின் முனையில் தெரிந்தது, தலைமுடி குட்டையாகவும் மேல்நோக்கித் தூக்கியும் இருந்தது. நெற்றியில் நீண்ட

குட்டையான கூந்தல் இழைகள் உதிர்ந்திருந்தன. அதை மேல்நோக்கி எடுத்து அவள் புருவங்களையும் இமைகளையும் பார்த்தார். இன்னொரு கை அவளது கூந்தலில் உள்ளே ஆழமாக இருந்ததால் அவரால் கீழே அவளது தோலை உணர முடிந்தது.

"இல்லை, அவள் எழுந்திருக்கவில்லை," என்று அவர் தனக்குத்தானே சொல்லிக் கொண்டு, தலைமுடியைப் பிடித்துக்கொண்டு அவளது தலையை அசைத்தார்.

அவள் வலியில் இருப்பது போல் தோன்றியது, அவளது முகம் கீழே உருண்டு சாய்ந்தது. அந்தச் செயல் அவளை முதியவரின் அருகில் கொண்டு வந்தது. இரு கைகளும் வெளியே தெரிந்தன. வலது கை தலையணையில் இருந்தது. எகுச்சிக்கு விரல்கள் மட்டும் தெரியும்படி வலது கன்னத்தில் பதிந்திருந்தது. அவை சற்று விரிந்த நிலையில் இருந்தது, கண் இமைகளுக்குக் கீழே சிறிய விரலும், அவள் உதடுகளில் ஆள்காட்டி விரலும். பெருவிரல் அவள் கன்னத்தின் கீழேயும் மறைந்திருந்தது. அவள் உதடுகளின் சிவப்பு, சற்றே கீழ்நோக்கி சாய்ந்திருந்தது, மேலும் நான்கு நீண்ட விரல் நகங்களின் சிவப்பு வெள்ளை தலையணை உறையில் ஒரு கொத்தாக இருந்தது. இடது கையின் முழங்கை வளையாதிருந்தது. கை கிட்டத்தட்ட எகுச்சியின் கண்களுக்குக் கீழே இருந்தது. கன்னங்களை முழுமையாக ஒப்பிடும்போது நீண்ட மற்றும் மெல்லிய விரல்கள், அவளது நீட்டியிருந்த கால்களைப் பற்றி சிந்திக்க வைத்தன. அவர் தனது உள்ளங்கால் மூலம் அவளது ஒரு காலை உணர்ந்தார். இடது கை விரல்கள் சற்று பிரிந்த நிலையில் கிடந்தன. அவர் தலையை அதன் மீது வைத்தார். அவரது எடையால் ஏற்பட்ட பிடிப்பு அவள் தோள்பட்டை வரை சென்றது. ஆனால், அது கையை இழுக்கப் போதுமானதாக இல்லை. சிறிதுநேரம் அசையாமல் கிடந்தார். அவளுடைய தோள்கள் சற்று உயர்த்தப்பட்டன. அங்கு அவளின் இளம்முலைகள் இருந்தன. அவர்கள் மீது போர்வையை இழுத்தபோது, அவர் இளம் முலைகளை

மென்மையாக கையில் பிடித்தார். அவர் முகத்தை அவள் தோளிலிருந்து கைக்கு நகர்த்தினார். தோள்பட்டை மற்றும் கழுத்தின் நறுமணத்தால் இழுக்கப்பட்டார். தோள்பட்டை மற்றும் முதுகில் ஒரு நடுக்கம் ஏற்பட்டது.. ஆனால், அது உடனடியாகக் கடந்து சென்றது. அவைகளிடம் முதியவர் ஒட்டிக்கொண்டார்.

வீட்டிற்கு அடிக்கடி வரும் முதியவர்களின் அவமதிப்பு மற்றும் ஏளனம் ஆகியவற்றிற்காக அவர் இப்போது இந்த அடிமைப்பெண்ணை பழிவாங்கினால். அவர் வீட்டின் விதியை மீறினால். மீண்டும் வர அனுமதிக்கப்படமாட்டார் என்பது அவருக்குத் தெரியும். தன் முரட்டுத்தனத்தால் அவளை எழுப்பிவிட முடியும் என்று நம்பினார். ஆனால், உடனடியாக அந்த எண்ணத்திலிருந்து பின்வாங்கினார். ஏனென்றால், அவளுடைய கன்னித்தன்மையின் தெளிவான ஆதாரம் அவருக்குக் கிடைத்தது.

அவர் விலகிச் செல்லும்போது முணுமுணுத்துக்கொண்டார். மூச்சை இழுத்துவிட்டார். அவரது இதயத்துடிப்பு வேகமாக இருந்தது. அது திடீரென்று ஏற்பட்ட குறுக்கீட்டினால் குறைவாகவும், பிறகு ஆச்சரியத்தின் காரணமாகச் சற்று அதிகரிக்கவும் செய்தது. கண்களை மூடிக்கொண்டு தன்னை நிதானப்படுத்த முயன்றார். அது ஒரு இளைஞனால் இயலாதது போல அவருக்கு எளிதாக இருந்தது. அவள் தலை முடியை வருடி, மீண்டும் கண்களைத் திறந்தார். அவள் இன்னும் முகத்தைக் கீழே வைத்துக்கொண்டிருந்தாள். ஒரு கன்னி விபச்சாரி, அதுவும் இந்த வயதில்! விபச்சாரியாக இல்லாமல் இருந்திருந்தாள் அவள் என்னவாக இருந்திருப்பாள்? அதனால், தனக்குத்தானே சொல்லிக்கொண்டார். ஆனால், புயலின் பாதையில் அந்தப் பெண்ணின் மீதான அவருடைய உணர்வுகளும் தன்னைப் பற்றிய அவருடைய உணர்வுகளும் மாறிவிட்டன. மேலும், அவை பழைய நிலைக்குத் திரும்பவில்லை. அவர் அதற்காக வருத்தப்படவில்லை. தூங்கிக்கொண்டிருக்கும் பெண்ணிற்கு அவர் என்ன

செய்திருந்தாலும் அது மிகவும் முட்டாள்தனமாக இருந்திருக்கும். ஆனால், ஆச்சரியத்தின் அர்த்தம் என்னவாக இருக்கும்?

சூனியக்காரிகளின் இடம் போலத் தோன்றக்கூடிய, தடை செய்யப்பட்ட பாதையில் எகுச்சி புறப்பட்டார். இங்கு விருந்தினராக இருந்த முதியவர்கள் மகிழ்ச்சியுடன் வந்ததை இப்போது அவர் அறிந்தார். அவர் கற்பனை செய்ததை விட அதிக மனச்சோர்வு, அதிக ஆசை, மிகவும் ஆழமான சோகம் ஏற்பட்டது. முதியவர்களுக்கான எளிதான துவேஷம், இளமைப் பருவத்திற்கான எளிதான வழி என்றாலும், அதற்குள் ஆழமான ஒன்று இருந்தது. அது எவ்வளவு வருந்தினாலும் திரும்ப வராது, அது எவ்வளவு கடினமாக முயற்சி செய்தாலும் குணமடையாது. இன்றிரவு "அனுபவம் வாய்ந்த" சூனியக்காரி இன்னும் கன்னிப்பெண்ணாகவே இருந்தாள் என்பது, அவர்களின் உறுதிமொழிகளுக்கு முதியவர்கள் மரியாதை செலுத்தியதன் குறியீடாக இருந்தது. இப்பெண்களின் தூய்மையானது முதியவர்களிடம் இருந்தது.

ஒருவேளை அவள் கன்னத்தின் கீழ் இருக்கும் கை மரத்துப் போயிருக்கலாம். விரல்களைத் தலைக்குமேல் கொண்டுவந்து இரண்டு மூன்று முறை மடக்கினாள். எகுச்சியின் கைகள் இன்னும் அவளுடைய தலைமுடியை ஆராய்ந்துகொண்டிருந்தது. அதைத் தன் கையில் எடுத்தார். விரல்கள் மிருதுவாகவும் கொஞ்சம் குளுமையாகவும் இருந்தன. அவற்றை நசுக்குவதுபோல் ஒன்றாகச் சேர்த்துப் பிடித்தார், இடது தோள்பட்டையை உயர்த்தி, பாதிப் பக்கம் திரும்பினாள். அவள் தன் இடது கையை மேலே கொண்டு வந்து எகுச்சியின் தோளில் மீது எறிந்ததுபோல் போட்டாள். அது வலிமையாக இல்லையென்றாலும், அவருக்கு அந்தத் தழுவலிலிருந்து விலக மனமில்லை. இப்போது அவரை நோக்கியவாறு அருகில் இருந்த அவளது முகம் அவரது வயதான கண்களுக்கு மங்கலாகவும் வெள்ளையாகவும் தெரிந்தது. ஆனால், மிகவும் தடிமனான புருவங்கள், மிகவும்

இருண்ட நிழல் போன்ற கண் இமைகள், மற்றும் கன்னங்கள், நீண்ட கழுத்து, அனைத்தும் அவளது முதல் தோற்றத்தில், அவளை ஒரு சூனியக்காரியாக உறுதிப்படுத்தியது. மார்பகம் சற்றே தொய்வடைந்தாலும் வெப்பமாக இருந்தது. ஜப்பானியர்களுக்கு முலைக்காம்புகள் பெரியதாகவும் வீங்கியதாகவும் இருக்கும். அவருடைய கைகளை அவளது முதுகுத்தண்டு கீழேயும் கால்களுக்கு மேலேயும் ஓடவிட்டார். அவை இடுப்பிலிருந்து இறுக்கமாக நீட்டப்பட்டிருந்தன. அவளுடைய உடலின் மேல் மற்றும் கீழ்ப் பகுதிகளுக்கு இடையே உள்ள ஒற்றுமையின்மை அவள் கன்னியாக இருப்பதற்குக் காரணமாக இருக்கலாம்.

இப்போது அமைதியாக, அவளது முகத்தையும் கழுத்தையும் பார்த்தார். அவளுடைய தோலின் நிறம், வெல்வெட் திரைச்சீலைகளின் கருஞ்சிவப்பு நிறத்திலிருந்து ஒரு மங்கலான பிரதிபலிப்பை வெளிப்படுத்தியது. அவளுடைய உடலை வயதானவர்கள் பயன்படுத்தியதால், அந்த வீட்டுப்பெண் அவளை "அனுபவம் வாய்ந்தவள்" என்று விவரித்திருந்தார். ஆனால், அவள் கன்னியாக இருந்தாள். ஆண்கள் முதுமையில் இருந்ததால், அவள் ஆழ்ந்த தூக்கத்தில் இருக்க முடிந்தது. இந்த சூனியக்காரி போன்ற பெண் எதிர்காலத்தில் என்ன மாற்றங்களை எதிர்கொள்வாள் என்று தனக்குத்தானே கேட்டுக்கொண்டபோது, கிட்டத்தட்ட ஒரு தந்தையைப் போன்ற எண்ணங்கள் அவருக்குள் தோன்றின. இது எகுச்சியும் வயதானவர்களுள் ஒருவராக இருப்பதற்குச் சான்று. அந்தப் பெண் பணத்திற்காக இங்கு வந்திருக்கிறாள் என்பதில் சந்தேகமில்லை. பணம் கட்டிய முதியவர்களுக்கு அப்படிப்பட்ட பெண்ணின் அருகில் உறங்குவது இவ்வுலகின் மகிழ்ச்சி அல்ல என்பதில் எந்தச் சந்தேகமும் இல்லை. பெண் எழுந்திருக்காததால், வயதான விருந்தினர்கள் எந்தவொரு அவமானத்தையும் உணர வேண்டியதில்லை. வரம்புகளற்ற கனவுகள் மற்றும் பெண்களின் நினைவுகளில் ஈடுபடுவதற்கு அவர்கள் மிகவும் சுதந்திரமாக இருந்தனர்.

அதனால், பெண்கள் விழித்திருப்பதைவிட அதிகக் கட்டணம் செலுத்துவதில் அவர்களுக்கு எந்தத் தயக்கமும் ஏற்படுவதில்லையா? பெண்கள் தங்களுக்கு எதுவும் தெரியாது என்ற அறிவின் விளிம்பில் வயதானவர்கள் நம்பிக்கையுடன் இருந்தனர். வயதான ஆண்களுக்கு இளம்பெண்ணைப் பற்றி எதுவும் தெரியாது. அவர்கள் குணம், பதவி மற்றும் அவர்கள் என்ன ஆடைகள் உடுத்தியிருப்பார்கள் என்பதுகூட தெரியாது. பிற்காலச் சிக்கல்களைப் பற்றிய கவலை இதுபோன்ற எளிய விஷயங்களுக்கு அப்பாற்பட்டவை. அவர்கள் ஓர் ஆழமான இருளின் அடிப்பகுதியில் வரும் விசித்திரமான ஒளியைப் போன்றவர்கள்.

ஆனால், எதுவும் பேசாத, கண்களைத் திறக்காத, தனக்கு எந்த அங்கீகாரமும் கொடுக்காத ஒரு பெண்ணுடன் பழகுவதற்கு முதியவர் எகுச்சி இன்னும் தயாராகவில்லை. வெற்று ஏக்கம் அவரை விட்டு விலகவில்லை. அவர் இந்தச் சூனியப் பெண்ணின் கண்களைப் பார்க்க விரும்பினார். அவளது குரலைக் கேட்க விரும்பினார். தூங்கிக்கொண்டிருக்கும் பெண்ணை அவர் கைகளால் ஆராய வேண்டும் என்ற உந்துதல் அவ்வளவாக இல்லை. உண்மையில் அதில் ஒரு குறிப்பிட்ட இருள் தன்மை இருந்தது. ரகசிய விதியை மீறும் அனைத்து எண்ணங்களையும் நிராகரிக்கும் போக்கு அவருக்கு ஒருவித அதிர்ச்சியைக் கொடுத்தது, அவர் மற்ற முதியவர்களின் வழிமுறையையே பின்பற்ற நினைத்தார். இன்று உறங்கிக்கொண்டிருக்கும் இந்தப் பெண் மாற்றொரு இரவில் இருந்த பெண்ணைக் காட்டிலும் உயிரோட்டமாகத் தெரிந்தாள். அவளின் உயிரானது அவளுடைய வாசனையிலும், அவளின் தொடுதலிலும் அவளின் அசைவுகளிலும் இருந்தது.

முன்புபோலவே, இரண்டு தூக்க மாத்திரைகள் அவரது தலையணைக்கு அருகில் இருந்தன. ஆனால், இன்றிரவு தான் உடனே உறங்க மாட்டோம் என்று நினைத்தார். அவர் இன்னும் சிறிது நேரம் அந்தப் பெண்ணைப் பார்ப்பார்.

தூக்கத்தில்கூட அவளுடைய அசைவுகள் வலுவாக இருந்தது. ஓர் இரவில் இருபது அல்லது முப்பது முறை திரும்பிப் படுக்க வேண்டும் என்று தோன்றியது. அவள் அவரிடமிருந்து விலகி, உடனடியாக மீண்டும் திரும்பினாள். அவளுடைய கைகள் வழியாக அவரை உணர்ந்தாள். அவர் தன் முழங்காலை நீட்டி அதை அவளை நோக்கிக் கொண்டு வந்தார்.

"வேண்டாம்" என்று அந்தப் பெண்ணின் குரல் இல்லாத ஒரு குரலில் சொல்வது போல் தோன்றியது.

"நீங்கள் விழித்திருக்கிறீர்களா?" அவள் எழுந்திருப்பாளா என்று பார்க்க, அவர் முழங்காலை இன்னும் வலுவாக இழுத்தார். பலவீனமாக, அது அவரை நோக்கி வளைந்தது. அவர் தன் கையை அவள் கழுத்தின் கீழ் வைத்து மெதுவாகத் தலையை ஆட்டினார்.

"ஆ" என்றாள் அந்தப் பெண். "நான் எங்கே போகிறேன்?"

"விழித்திருக்கிறீர்களா? எழுந்திருங்கள்."

"வேண்டாம், வேண்டாம்" குலுக்கலைத் தவிர்ப்பதுபோல அவள் முகம் அவர் தோளில் பட்டது. அவள் நெற்றி அவரது கழுத்தைத் தொட்டது. அவளுடைய தலைமுடி அவர் மூக்கிற்கு நேராக இருந்தது. அது கடினமாக இருந்தது, வலியும் கூட, எகுச்சி கடுமையான அந்த வாசனையிலிருந்து தன்னைத் திரும்பிக்கொண்டார்.

"நீங்கள் என்ன செய்யலாம் என்று நினைக்கிறீர்கள்?" என்றாள் இளம்பெண். "நிறுத்துங்கள்."

"நான் ஒன்றும் செய்யவில்லை."

ஆனால், அவள் தூக்கத்தில் பேசிக்கொண்டிருந்தாள். அவள் உறக்கத்தில் அவரது அசைவுகளைத் தவறாகப் புரிந்து கொண்டாளா அல்லது வேறு ஒரு இரவில் வேறு யாரேனும் ஒரு முதியவரால் தவறாக நடத்தப்பட்டதாக அவள் கனவு

காண்கிறாளா? அவள் சொன்னது துண்டுத் துண்டாக இருந்தாலும், அவருக்கு ஏதோ குழப்பம் இருக்கக்கூடும் என்ற எண்ணத்தில் அவர் இதயம் வேகமாகத் துடித்தது. அவளிடம் ஏதாவது பேச வேண்டும் என நினைத்தார். ஒருவேளை காலையில் அவர் அவளை எழுப்பலாம். ஆனால், அவள் உண்மையில் அவர் குரலைக் கேட்டிருக்கிறாளா? உறக்கத்தில் அவளைப் பேச வைத்தது அவரது வார்த்தைகளைவிட அவருடைய ஸ்பரிசமா? அவர் அவளைச் சாமர்த்தியமாக எழுப்பக் கிள்ளிப் பார்க்க நினைத்தார். மாறாக அவளை மெதுவாகத் தன் கைகளுக்குள் கொண்டு வந்தார். அவள் எதிர்க்கவில்லை, பேசவும் இல்லை. அவளுக்கு மூச்சு விடுவது கடினமாக இருந்தது. அவள் மூச்சு முதியவரின் முகத்தில் இனிமையாக வீசியது. அவரது சொந்தச் சுவாசம் ஒழுங்கற்றதாக இருந்தது. அவர் விரும்பியபடியே அவராக இருந்த இந்தப் பெண்ணால் அவர் மீண்டும் கிளர்ந்தெழுந்தார். அவர் அவளை ஒரு பெண்ணாக ஆக்கினால் காலையில் எந்தவிதமான சோகம் அவளைத் தாக்கும்? அவளுடைய வாழ்க்கையின் திசை எப்படி மாறும்? காலை வரை அவளுக்கு எதுவும் தெரியாது.

"அம்மா" சின்ன முனகல் போல் இருந்தது. "பொறு, பொறு, நீ போக வேண்டுமா? "மன்னித்துவிடுங்கள், மன்னித்துவிடுங்கள்."

"என்ன கனவு காண்கிறாய்? இது ஒரு கனவு, ஒரு கனவு." முதியவர் எகுச்சி அவளை இன்னும் இறுக்கமாகத் தன் கைகளில் அணைத்துக் கொண்டார், கனவை முடிக்க நினைத்தார். அவள் குரலில் இருந்த சோகம் அவரைத் தாக்கியது. அவள் மார்பகங்கள் அவருக்கு எதிரில் தட்டையாக அழுத்தப்பட்டன. அவள் கைகள் நகர்ந்தன. அவள் அவரைத் தன் தாயாக நினைத்து அணைத்துக் கொள்ள முயன்றாளா? இல்லை, அவளைத் தூங்க வைத்தாலும், அவள் கன்னியாக இருந்தாலும், அந்தப் பெண் ஒரு சூனியக்காரி என்பதில் சந்தேகம் இல்லை. தனது

அறுபத்தேழு வருடங்களில் ஓர் இளம் சூனியக்காரியின் தோளை இவ்வளவு முழுமையாக உணர்ந்ததில்லை என்று எகுச்சிக்குத் தோன்றியது. எங்காவது ஒரு விசித்திரமான புராணக்கதைக்குக் கதாநாயகி தேவைப்படுகிறது என்றால், அதற்கான பெண் இவள்தான்.

அவள் பார்ப்பதற்குச் சூனியக்காரி போல் அல்ல, மந்திரம் போடப்பட்டவள் போலத் தெரிந்தாள். மேலும், அவள் தூங்கும் போது உயிருடன் இருந்தாள். அவள் மனம் ஆழ்ந்த உறக்கத்தில் இருந்தாலும், அவள் உடல் ஒரு பெண்ணாக விழித்திருந்தது. அவள் சுயநினைவு இல்லாமல் வெறும் உடலாக மாறிவிட்டாள். அது மிகவும் நன்றாகப் பயிற்றுவிக்கப்பட்டிருந்தது. அந்த வீட்டின் பெண் இதைத்தான் "அனுபவம் வாய்ந்தவள்" என்று சொல்லியிருந்தாள்.

அவர் அணைப்பைத் தளர்த்தி அவளைத் தழுவிக்கொள்வது போல் அவளது கைகளைத் தன்மீது போட்டுக் கொண்டார். அவள் மெதுவாக அதைச் செய்தாள். அவர் கண்களை மூடிக்கொண்டு அமைதியாகக் கிடந்தார். அவர் ஒருவித மனமற்ற நிலையில், வெதுவெதுப்பான பேரானந்தமான தூக்கத்தில் இருந்தார். வீட்டிற்கு அடிக்கடி வரும் முதியவர்களுக்கு வரும் நல்வாழ்வு, நல்ல அதிர்ஷ்டம் போன்ற உணர்வுகளில் அவர் ஆழ்ந்திருப்பது போல் தோன்றியது. முதுமையின் சோகம், அருவருப்பு, சோர்வு ஆகியவை அவர்களை விட்டு விலகி, அவர்கள் இளம் வாழ்க்கையின் ஆசீர்வாதத்தால் நிரப்பப்பட்டார்களா? ஓர் இளம் பெண்ணின் தோலால் மூடப்பட்டுக் கிடக்கும் ஒரு முதியவருக்கு மரணத்தின் விளிம்பில் கிடப்பதை விடப் பெரிய மறதி வேறு எதுவும் இருக்க முடியாது. ஆனால், தங்களுக்குப் பலியாக்கப்பட்ட இளம் பெண்களுக்காக முதியவர்கள் பணம் கொடுத்தது குற்றவுணர்வு இல்லாமல் இருந்ததா; அல்லது குற்ற உணர்ச்சியின் ரகசிய உணர்வுகள் உண்மையில் மகிழ்ச்சியைக் கூட்டியதா? தன்னை மறந்தவராக அந்தப் பெண்ணின் தியாகத்தை மறந்தவர் போல, அவளது

கால்விரல்களைத் தனது கால்களில் உணர்ந்தார். அவள் கால் விரல்களை மட்டும் இதுவரை அவர் தொடவில்லை. அவை நீளமாகவும் மிருதுவாகவும் இருந்தன. விரல்களைச் சுலபமாக வளைக்கவும் நிமிர்த்தவும் முடிந்தன. அந்தச் சிறிய விவரத்தில் எகுச்சிக்குப் பெண்ணில் உள்ள விசித்திரமான கவர்ச்சி தெரிந்தது. அந்தப் பெண் தூங்கும்போது கால் விரல்களால் காதல் வார்த்தைகளைப் பேசினாள். ஆனால், அந்த முதியவர் அவற்றில் குழந்தைத்தனமான, நிச்சயமற்ற, அதே சமயம் காம உணர்ச்சி மிகுந்த, இசையைக் கேட்டு நிறுத்தினார்; பிறகு மீண்டும் சிறிது நேரம் மட்டும் அதைக் கேட்டுக் கொண்டிருந்தார்.

அவள் கனவு கண்டுகொண்டிருந்தாள். கனவு இப்போது முடிந்துவிட்டதா? ஒருவேளை அது கனவாக இருந்திருக்காது. முதியவரின் வலிமையான தொடுதல் அவளுக்குத் தூக்கத்தில் பேசவும், எதிர்க்கவும் பயிற்சி அளித்திருக்கலாம். அப்படியா? அவள் உடலால் மௌனமாகப் பேசுவதைச் சாத்தியமாக்கிய ஒரு சலிப்பான தன்மையால் நிரம்பி வழிந்தாள்; ஆனால், வீட்டின் ரகசியம் அவருக்கு முழுமையாகப் பழக்கப்படாததால், தூக்கத்தில் சின்ன சின்ன துண்டுகளாகப் பேசும்போது அவள் குரலைக் கேட்க வேண்டும் என்ற ஆசை எகுச்சியிடம் இருந்தது. அவளிடம் இருந்து பதில் பெற என்ன பேச வேண்டும், எங்குத் தொட வேண்டும் என யோசித்தார்.

"நீ இனி கனவு காணவில்லையா? உன்னுடைய அம்மா போய்விட்டார் என்று கனவு காண்கிறாயா?"

அவர் அவளது முதுகுத்தண்டில் உள்ள இடைவெளிகளை ஆராய்ந்தார். அவள் தோள்பட்டையை அசைத்து மீண்டும் முகத்தைத் திருப்பிக் கொண்டாள். அது அவள் விரும்பிய நிலை போல் தோன்றியது. அவள் மீண்டும் எகுச்சியை நோக்கித் திரும்பினாள். அவள் வலது கையால் தலையணையின் விளிம்பை மெதுவாகப் பிடித்தாள். ஆனால்,

அவள் எதுவும் பேசவில்லை. அவளுடைய மென்மையான மூச்சு அவர் மேல் சூடாகப்பட்டது. அவள் அவரது முகத்தின் மீது கையை நகர்த்தினாள். வெளிப்படையாக மிகவும் வசதியான நிலையை நாடினாள். அவள் இரண்டு கைகளையும் எடுத்துத் தன் கண்களில் வைத்தார். அவளது நீண்ட விரல் நகங்கள் அவர் காது மடலில் மெதுவாகக் கீறியது. அவளது மணிக்கட்டு அவரது வலது கண்ணின் மேல் வளைந்து, அதன் குறுகிய பகுதி இமையின் மீது அழுத்தியது. அதை அங்கேயே வைத்திருக்க விரும்பி, கைகளால் அதைப் பிடித்தார். அவர் கண்களிலிருந்து வந்த வாசனை அவருக்கு மீண்டும் புதிதாக இருந்தது. மேலும், அது செழுமையான புதிய கற்பனைகளைத் தந்தது. இதே ஆண்டின் இந்த நேரத்தில், யமாடோவில் உள்ள ஒரு பழைய கோயிலின் உயரமான கல் வேலியின் கீழ் இரண்டு அல்லது மூன்று குளிர்கால பியோனி பூக்கள் சூடான வெயிலில் பூக்கும். ஷிசெண்டோவின் வராந்தாவிற்கு அருகிலுள்ள தோட்டத்தில் வெள்ளை காமெலியா மலர்கள் இருந்தன. வசந்த காலத்தில், நாராவில் விஸ்டரியா மற்றும் வெள்ளை ரோடோடென்ராங்கள் இருக்கும்; கியோட்டோவில் உள்ள கேமல்லியா கோயிலின் தோட்டம் 'இதழ்கள் உதிர்ந்து' காமெலியா மலர்களால் நிரம்பியிருக்கும்.

அந்த மலர்கள் அவரது மூன்று திருமணமான மகள்களின் நினைவுகளைக் கொண்டு வந்தன. அவர் மூவருடன் அல்லது அவர்களின் ஒருவருடன் பயணங்களில் பார்த்த பூக்கள் அவை. இப்போது, அவர்கள் மனைவிகள் மற்றும் தாய்மார்கள், அவர்களுக்கு அத்தகைய தெளிவான நினைவுகள் இருந்திருக்க வாய்ப்பில்லை. எகுச்சி நன்றாக நினைவில் வைத்திருந்தார். சில சமயங்களில் தனது மனைவியிடம் அந்தப் பூவைப் பற்றிப் பேசினார். எகுச்சியைப் போலவே, இப்போது அவர்களுக்குத் திருமணமாகிவிட்டது, ஆனாலும், அவர் மகள்களிடமிருந்து வெகு தொலைவில் இருப்பதாக உணரவில்லை. அவள் இன்னும் அவர்களுடன்

உறங்கும் அழகிகளின் இல்லம் | 61

நெருக்கமாக இருந்தாள். மேலும், அவர்களுடன் இருந்தபோது பூக்களின் காரணமாக உண்டான நினைவுகளால் அவளால் பூக்களை ரசிக்க முடியவில்லை. மேலும், அந்தப் பயணத்தில் காணப்பட்ட மலர்கள் அவளுடன் தொடர்ந்து வரவில்லை.

அந்தப் பெண்ணின் கைகளில் பதிந்திருந்த அவளுடைய கண்களில் பூக்களின் பிம்பங்கள் வந்து மறைய, அவை உதிர்ந்து மேலே வர அனுமதித்தார்; அவருடைய மகள்களின் திருமணம் முடிந்த பின்பு, அவர் வேறொரு இளம் பெண்ணால் ஈர்க்கப்பட்ட நாட்களின் உணர்ச்சிகள் அவரிடம் திரும்ப வந்தன. அவர் மற்ற இளம் பெண்களிடமும் ஈர்க்கப்பட்டார் என்று அவருக்குத் தோன்றியது. இன்றிரவு வந்திருக்கும் பெண் அந்தப் பெண்களில் ஒருத்தி என்று அவருக்குத் தோன்றியது. அவள் கையை விடுவித்தார். ஆனால், அது அவருக்கு அமைதியைத் தந்தது. பெரிய காமெலியாவைப் பார்த்தபோது அவருடைய இளைய மகள் மட்டுமே அவருடன் இருந்தாள். அவள் திருமணத்திற்கு ஒரு பதினைந்து நாட்களுக்கு முன்பு அவளுடன் ஒரு பிரியாவிடை பயணம் இருந்தது. காமெலியா மீதிருந்த நினைவுகள் வலுவாக இருந்தன. அவரது இளைய மகளின் திருமணம் மிகவும் வேதனையானது. இரண்டு இளைஞர்கள் அவளுக்காகப் போட்டிப்போட்டுக் கொண்டிருந்தனர், போட்டியின் போக்கில் அவள் கன்னித்தன்மையை இழந்தாள். அந்தப் பயணத்தின் இயற்கைக் காட்சிகள் அவளுடைய உற்சாகத்தை மீட்டெடுத்தன.

காமெலியா பூக்கள் துரதிர்ஷ்டம் என்று கூறப்படுகிறது. ஏனெனில், அந்தப் பூக்கள், துண்டிக்கப்பட்ட தலைகள் போலத் தண்டிலிருந்து முழுவதுமாக விழுகின்றன; ஆனால், நானூறு வருடங்கள் பழமையான, ஐந்து விதமான வண்ணங்களில் பூத்திருந்த இந்தப் பெரிய மரத்தில் இரட்டைப் பூக்களிலிருந்து இதழ்களாக விழுந்தன. எனவே, இது "இதழ்-உதிர்" காமெலியா என்று அழைக்கப்பட்டது.

"அவர்கள் தனிமையில் இருக்கும்போது" பாதிரியாரின் இளம் மனைவி எகுச்சியிடம் கூறினார்,

"நாங்கள் ஒரு நாளைக்கு ஐந்து அல்லது ஆறு கூடைகளைச் சேகரிக்கிறோம்."

பெரிய காமெலியா பூக்கள் குவிந்து குறைவான முழுச் சூரிய ஒளியில் அழகாக இருந்தன. அவர் சொன்னார், சூரிய ஒளி அதன் பின்னால் ஒளிந்திருக்கிறது. எகுச்சியும் அவரது இளைய மகளும் மேற்கு வராந்தாவில் அமர்ந்திருந்திருந்தனர். சூரியன் மரத்தின் பின்னால் மறைந்து கொண்டிருந்தது. அவர்கள் சூரியனைப் பார்த்துக்கொண்டிருந்தனர்; ஆனால், அடர்த்தியான இலைகள் மற்றும் பூங்கொத்துகள் சூரிய ஒளியை அனுமதிக்கவில்லை. மாலைச் சூரியன் நிழலின் ஓரங்களில் தொங்குவது போல அது காமெலியாவில் மூழ்கியது. கேமல்லியா கோயில் நகரின் சத்தமில்லாத, மோசமான பகுதியில் இருந்தது, காமெலியாவைத் தவிரத் தோட்டத்தில் பார்க்க எதுவும் இல்லை. எகுச்சியின் கண்களில் அந்தக் காட்சி நிறைந்திருந்தன. அவருக்கு நகரத்தின் சத்தம் கேட்கவில்லை.

"நன்றாக மலர்ந்துள்ளது" என்று அவரது மகளிடம் கூறினார்.

"சில சமயங்களில் காலையில் எழுந்தவுடன் தரையைப் பார்க்க முடியாத அளவுக்கு இதழ்கள் இருக்கும்" என்று இளம் மனைவி கூறினார். எகுச்சியும் அவரது மகளும் அங்கிருந்து வெளியேறினர்.

ஒரு மரத்தில் ஐந்து நிறங்கள் இருந்ததா? அவரால் சிவப்பு காமெலியாக்களையும், வெள்ளை நிறத்திலும், சுருங்கிய இதழ் கொண்ட காமெலியாக்களைக் காண முடிந்தது. ஆனால், எகுச்சி குறிப்பாக எண்ணிக்கையைச் சரிபார்ப்பதில் ஆர்வம் காட்டவில்லை. அவர் கவனம் முழுவதும் மரத்தின் மீதுதான் இருந்தது. நானூறு வருடங்கள் பழமையான ஒரு மரம் இவ்வளவு செழுமையான பூக்களை விளைவிக்கக்கூடியது

என்பது குறிப்பிடத்தக்கது. மாலை வெளிச்சம் முழுவதும் காமெலியாவில் உறிஞ்சப்பட்டது. அதனால், மரத்தின் உட்புறம் வெதுவெதுப்பான நிலையில் இருக்கும். காற்றை அவரால் உணரமுடியாவிட்டாலும், ஓரத்தில் ஒரு கிளை அவ்வப்போது அசையும்.

அவரது இளையமகள் எகுச்சியைப் போலவே பிரபலமான மரத்தின் மீது கவனம் முழுவதையும் செலுத்தியதுபோல தெரியவில்லை. அவளின் கண்களில் வலிமை இல்லை. ஒருவேளை அவள் தன்னைப் பார்த்துக் கொள்வதைவிட மரத்தைப் பார்ப்பது குறைவாக இருந்திருக்கலாம். அவள் அவருடைய மகள்களில் அவருக்கு மிகவும் பிடித்தமானவள். மேலும், அவளுடைய சகோதரிகள் திருமணமாகிவிட்டதால், அவருக்குத் தன் இளைய மகளின் மீது விருப்பம் அதிகமாக இருந்தது. எகுச்சி இளையவளை வீட்டில் வைத்துக் கொண்டு அவளுக்கு ஒரு மணமகனை வரவழைக்கவில்லையா என்று மூத்தப் பெண்கள் தங்கள் தாயிடம் சற்று பொறாமையுடன் கேட்டனர். அவரது மனைவி அந்தக் கருத்தை அவருக்குத் தெரிவித்தார். அவரது இளைய மகள் பிரகாசமான மற்றும் கலகலப்பான பெண்ணாக வளர்ந்தாள். அவளுக்குப் பல ஆண் நண்பர்கள் இருப்பது விவேகமற்றதாகத் தோன்றியது. பின்னர் மீண்டும் அவள் ஆண்களால் சூழப்பட்டபோது அவள் மிகவும் கலகலப்பாக இருந்தாள். ஆனால், அவர்களில் அவள் விரும்பிய இருவர் இருந்தார்கள் என்பது அவளுடைய பெற்றோருக்கும், குறிப்பாக அவளுடைய தாயாருக்கும் தெளிவாகத் தெரிந்தது. அவர்களில் யார் நல்ல பொருத்தமானவர் என்று அவர் பார்த்துக்கொண்டிருந்தார். அவர்களில் ஒருவரிடம் அவள் தனது கன்னித்தன்மையை இழந்திருந்தாள். சில நாட்கள் அவள் வீட்டின் பாதுகாப்பில் அமைதியற்ற மனநிலையுடனும் இருந்தாள். உதாரணமாக, அவள் உடை மாற்றும் போது அவள் பொறுமையிழந்து எரிச்சலுடன் காணப்பட்டாள். ஏதோ நடந்ததை அவள் தாய் உணர்ந்தாள். அவள் அதைப் பற்றி சாதாரண

முறையில் கேட்டாள், அந்தப் பெண் உண்மையைச் சொல்வதற்குச் சிறிது தயக்கம் காட்டினாள். அந்த இளைஞன் டிபார்ட்மென்ட் ஸ்டோரில் பணிபுரிந்து, வாடகைக்கு அறை எடுத்துத் தங்கிக்கொண்டிருந்தான். அந்தப் பெண் அவனுடன் விருப்பத்துடன் தான் வீட்டிற்குச் சென்றதாகத் தெரிகிறது.

"அவனைத்தான் நீ திருமணம் செய்துகொள்ள விரும்புகிறாயா?"

"இல்லை. முற்றிலும் இல்லை," என்று பதிலளித்த இளம்பெண், தனது தாயை குழப்பத்தில் ஆழ்த்தினாள்.

அந்த இளைஞன் வலுக்கட்டாயமாக வழியனுப்பி வைக்கப்பட்டான் என்பதில் தாய் உறுதியாக இருந்தாள். எகுச்சியிடம் விஷயத்தைத் தெரிவித்தாள். எகுச்சிக்குக் கைகளில் வைத்திருந்த நகையுடன் அவை நடுங்கின. அவரது மகள் திருமண நிச்சயதார்த்தத்திற்கு அவசரப்படுத்தியதை அறிந்தபோது அவர் இன்னும் அதிர்ச்சியடைந்தார்.

"நீங்கள் என்ன நினைக்கிறீர்கள்?" என்று எகுச்சியின் மனைவி அவரை நோக்கி பதற்றமாகக் கேட்டாள். "எல்லாம் சரியாக இருக்கிறதா?"

"தனக்கு நிச்சயிக்கப்பட்ட ஆணிடம் சொல்லிவிட்டாளா?" எகுச்சியின் குரல் கூர்மையாக இருந்தது. "அவள் சொன்னாளா?"

"எனக்கு ஆச்சரியமாக இருக்கிறது. நான் கேட்கவில்லை. எனக்கே ஆச்சரியமாக இருந்தது. நான் கேட்கட்டுமா?"

"தொந்தரவு செய்யாதே."

"பெரும்பாலானவர்கள் தாங்கள் திருமணம் செய்து கொள்ளப் போகும் மனிதரிடம் சொல்லாமல் இருப்பதே சிறந்தது என்று நினைக்கிறார்கள். அமைதியாக இருப்பது பாதுகாப்பானது. ஆனால், நாம் அனைவரும் ஒரே மாதிரியாக இல்லை.

அவள் அவனிடம் சொல்லாவிட்டால் அவள் வாழ்நாள் முழுவதும் கஷ்டப்படலாம்."

"ஆனால், அவளுக்கு எங்கள் அனுமதி வேண்டுமென்று நாங்கள் நினைக்கவில்லை."

நிச்சயமாக இல்லை. எகுச்சியின் மகள், ஒரு இளைஞனால் ஈர்க்கப்பட்டுத் திடீரென்று இன்னொருவருடன் நிச்சயதார்த்தம் செய்து கொள்ளவது இயற்கையாகத் தோன்றவில்லை. இருவரும் தங்கள் மகளின் மீது பாசம் கொண்டவர்கள் என்பது அவருக்குத் தெரியும். இருவருடனும் நன்கு பழகிய அவர், அவளுக்காக ஏதாவது செய்ய வேண்டும் என்று நினைத்தார். ஆனால், இந்தத் திடீர் நிச்சயதார்த்தின் அதிர்ச்சியிலிருந்து மீளவில்லையா? கசப்பிலும், வெறுப்பிலும், வருத்தத்திலும் அவள் இரண்டாவது இளைஞனிடம் திரும்பியிருந்தாளா? ஒருவரில் ஏற்பட்ட ஏமாற்றத்தின் கொந்தளிப்பில், மற்றவரைத் தூக்கி எறிந்து கொண்டிருந்தாள் அல்லவா? அவரது இளைய மகளைப் போன்ற ஒரு பெண், ஓர் இளைஞனிடம் தீவிரமான துன்புறுத்தலுக்கு ஆளாக நேரிடலாம். ஆனால், பழிவாங்க மற்றும் சுயமரியாதைக்காக அவளைக் கண்டிக்க வேண்டிய அவசியமில்லை. ஒருவேளை, பழிவாங்கும் மற்றும் தன்னைத் தாழ்த்திக் கொள்ளும் தகுதியற்ற செயலுக்காக அவளைக் கண்டிக்கலாம்.

ஆனால், தன் மகளுக்கு இப்படி ஒரு விஷயம் நடக்கும் என்று எகுச்சி நினைக்கவில்லை. எனவே அநேகமாகக் கண்டிப்பு என்பது எல்லாப் பெற்றோரிடமும் இருந்தது. ஆண்களால் சூழப்பட்டிருக்கும்போது எகுச்சி மிகவும் வெளிப்படையான மற்றும் கலகலப்பானவர். ஆனால், இப்போது அவர் தனது உயர்ந்த மனப்பான்மை கொண்ட மகள் மீது அதிக நம்பிக்கை வைத்திருந்ததால், அந்தச் செயலைச் செய்ததில் விசித்திரமாக எதுவும் தெரியவில்லை. அவளுடைய உடல் மற்ற பெண்களின் உடலிலிருந்து மாறுபட்ட முறையில் ஒன்றாக இணைக்கப்பட்டிருந்தது.

ஒரு மனிதனை அவள் மீது வலுக்கட்டாயமாகத் திணிக்க முடியும். இந்தச் செயலில் அவள் கூர்ந்துபார்க்க முடியாததை நினைத்து, எகுச்சி அவமானம் மற்றும் இழிவு போன்ற வலுவான உணர்வுகளால் தாக்கப்பட்டார். அவர் தனது மூத்த மகள்களைத் தேனிலவுக்கு அனுப்பியபோது அத்தகைய உணர்வுகள் எதுவும் அவருக்கு வரவில்லை. நடந்ததற்குக் காரணம். காதலின் தூண்டுதலாகவும் இளமையின் ஒரு பகுதியாக இருக்கலாம். ஆனால், அது நடந்துவிட்டது, எகுச்சி தனது மகளின் உடலுக்கு என்னவானது என்று மட்டுமே இப்போது சிந்திக்க வேண்டும். ஒரு தந்தைக்கு இத்தகைய பிரதிபலிப்புகள் அசாதாரணமானவையா? எகுச்சி உடனடியாக நிச்சயதார்த்தத்தை ஆதரிக்கவும் இல்லை, அல்லது நிராகரிக்கவும் இல்லை. இளைஞர்களுக்கு இடையிலான போட்டி மிகவும் மோசமானதாக இருந்தது என்பதை அவரும் அவரது மனைவியும் கணிசமாகப் பின்னர் அறிந்து கொண்டனர். அவரது மகளின் திருமணம் நெருங்கிவிட்டதால், அவர் அவளை கியோட்டோவுக்கு அழைத்துச் சென்றபோது, அவர்கள் அங்கு பூத்திருந்த காமெலியாவைப் பார்த்தார்கள். தேனீக் கூட்டத்தைப் போல அதன் உள்ளே ஒரு மெல்லிய உறுமல் கேட்டது.

அவளுக்குத் திருமணமாகி இரண்டு வருடங்களில் ஒரு மகன் பிறந்தான். அவளது கணவன் குழந்தையுடன் ஒட்டிக்கொண்டான். ஒருசமயம் ஒரு ஞாயிற்றுக்கிழமை, இளம் தம்பதிகள் எகுச்சியின் வீட்டிற்கு வரும்போது, மனைவி சமையலறையில் அம்மாவுக்கு உதவ வெளியே சென்றாள். மேலும், கணவர் மிகவும் நேர்த்தியாக குழந்தைக்கு உணவளித்தார். அதனால், விஷயங்களை அவர்களே தீர்த்துக்கொண்டார்கள். டோக்கியோவில் வசித்தாலும், திருமணமான பிறகு மகள் அவர்களைப் பார்க்க வருவது அரிது. "எப்படி இருக்கிறாய் ?" எகுச்சி ஒருமுறை அவள் தனியாக வரும்போது கேட்டார்..

"நான் எப்படி இருக்கிறேனா? சந்தோஷமாக இருக்கிறேன் என நினைக்கிறேன்."

ஒருவேளை மக்கள் தங்கள் திருமண உறவைப் பற்றி தங்கள் பெற்றோரிடம் பெரிதாகச் சொல்லாமல் இருக்கலாம். ஆனால், எகுச்சி எப்படியோ அதிருப்தி அடைந்தார். மேலும், சிறிது மன உளைச்சலுக்கும் ஆளானார். அவரது இளைய மகளின் இயல்பைக் கருத்தில் கொண்டு, அவள் இன்னும் நிறையப் பகிர்ந்துகொள்ள வேண்டும் என்று அவருக்குத் தோன்றியது. ஆனால், அவள் இன்னும் அழகாக இருந்தாள். அவள் மலர்ந்திருந்தாள். பெண்ணிலிருந்து இளம் மனைவியாக மாறினாலும், அவள் இதயத்தில் ஒரு நிழல் படிந்ததால், இந்த மலர் போன்ற பிரகாசம் இருக்கும் அவள் உடலின் தோற்றம் மாறவில்லை. அவள் குழந்தையைப் பெற்ற பிறகு, அவள் ஆழமாக சுத்தப்படுத்தப்பட்டதைப் போல அவளுடைய தோல் தெளிவாக இருந்தது. மேலும், அவள் தன்னைத்தானே நிலைநிறுத்திக்கொண்டாள்.

மேலும், அதுவா? அதனால்தானோ என்னவோ, "உறங்கும் அழகிகளின் இல்லத்தில்", அவர் கண்களுக்கு மேல் பெண்ணின் கையைப் போட்டுக் கொண்டு படுத்திருந்தபோது, பூத்துக் குலுங்கும் காமெலியாவின் உருவங்களும், மற்ற பூக்களும் அவரை நோக்கி வந்தனவா? இங்கு உறங்கும் பெண்ணிடமோ அல்லது எகுச்சியின் இளைய மகளிடமோ காமெலியாவின் தாக்கம் நிச்சயமாக இல்லை. ஆனால், ஒரு பெண்ணின் உடல் வளம் என்பது அவளைப் பார்த்து அல்லது அவள் அருகில் அமைதியாகப் படுத்திருப்பதன் மூலம் அறிந்த ஒன்றல்ல. அதைக் காமெலியாக்களின் செழுமையுடன் ஒப்பிடக்கூடாது. பெண்ணின் கையிலிருந்து அவரது இமைகளுக்குப் பின்னால் ஆழமாகப் பாய்ந்தது வாழ்க்கையின் நீரோட்டமும், வாழ்க்கையின் இன்னிசையும், வாழ்க்கையின் கவர்ச்சியும், ஒரு வயதான மனிதனுக்கான, வாழ்க்கையின் மீட்சி ஆகும். அந்தப் பெண்ணின் கரம்

தாங்கியிருந்த கண்களுக்குக் கனமாக இருக்க, அவர் கையை விலக்கினார்.

அவள் இடது கையை வைக்க எங்குமே இடம் இல்லை. அதை எகுச்சியின் மார்போடு இறுக்கமாக நீட்டுவது அவளுக்குச் சங்கடமாக இருந்திருக்கலாம். அவள் மீண்டும் அவரை எதிர்கொள்ளப் பாதி திரும்பினாள். விரல்களை ஒன்றோடொன்று இணைத்து இரு கைகளையும் தன் மார்பின் மேல் கொண்டு வந்தாள். அவை எகுச்சியின் மார்பைத் தொட்டது. அவர்கள் கட்டிப்பிடிக்கவில்லை. ஆனால், அவர்களின் பிரார்த்தனை, மென்மையானதொரு பிரார்த்தனை என்று பரிந்துரைத்தனர். இரண்டு கைகளையும் தன் கைகளுக்கு இடையே எடுத்தார். ஏதோ அவருக்கே பிரார்த்தனை செய்வது போல் இருந்தது. அவர் கண்களை மூடிக்கொண்டார், தூங்கும் இளம் பெண்ணின் கைகளைத் தொடும் ஒரு வயதான மனிதரின் சோகத்தைத் தவிர அங்கு வேறொன்றுமில்லை.

அமைதியான கடலில் விழும் இரவு மழையின் முதல் துளிகளை அவர் கேட்டார். தொலைதூரச் சத்தம் ஒரு வாகனத்திலிருந்து வந்ததல்ல. ஆனால், குளிர்காலத்தின் இடியிலிருந்து வந்தது. அதைப் கண்டறிவது அத்தனை எளிதாக இருக்கவில்லை. அவர் இளம்பெண்ணின் கைகளை விரித்து விரல்களை ஒவ்வொன்றாக நிமிர்த்தினார். அவர் நீண்ட மெல்லிய விரல்களைத் தனது வாயால் எடுக்க விரும்பினார். மறுநாள் காலையில் எழுந்ததும், அவளது சுண்டுவிரலில் பல் அடையாளங்களும் ரத்தக் கசிவும் இருந்தால் அவள் என்ன நினைப்பாள்? எகுச்சி இளம்பெண்ணின் கையை அவளது உடலுக்குக் கீழே கொண்டு வந்தார். அவர் அவளது செழிப்பான மார்பகங்களைப் பார்த்தார். முலைக்காம்புகள் பெரிதாகவும், வீங்கியும் கருமையாகவும் இருந்தன. அவைகளை அப்படியே மெதுவாகத் தூக்கி எழுப்பினார். மின்சாரப் போர்வையால் சூழப்பட்ட அவள் உடலைப் போல அவை சூடாக இல்லை. அவர் தனது

உறங்கும் அழகிகளின் இல்லம் | 69

நெற்றியை அவற்றுக்கிடையே உள்ள குழிக்குக் கொண்டு வர நினைத்தார். ஆனால், வாசனையின் காரணமாக அருகில் வந்து பின்வாங்கினார். அவர் முகத்தைக் கீழே உருட்டிக்கொண்டு, இந்தமுறை இரண்டு தூக்க மாத்திரைகளையும் ஒரே நேரத்தில் எடுத்துக் கொண்டார். முந்தைய வருகையின் போது அவர் ஒரு மாத்திரையை எடுத்துக் கொண்டார், பின்னர் அவர் ஒரு கனவிலிருந்து எழுந்தவுடன் மற்றொன்றை எடுத்துக் கொண்டார். ஆனால், இப்போது அதைச் செய்யக் கற்றுக்கொண்டார்.

ஒரு பெண்ணின் அழுகுரல் அவரை எழுப்பியது பிறகு அழுகையாக இருந்தது சிரிப்பாக மாறியது. சிரிப்பு நீண்டு கொண்டே சென்றது. அவர் கையை அவள் மார்பகங்களின் மேல் வைத்து உலுக்கினார்.

"நீ கனவு காண்கிறாய், கனவு காண்கிறாய், என்ன கனவு காண்கிறாய்?"

சிரிப்பைத் தொடர்ந்து வந்த மௌனத்தில் ஏதோ அபத்தம் இருந்தது. ஆனால், எகுச்சியும் தூக்கத்தால் ஆழ்ந்து இருந்தார். அவரது தலையணையில் இருக்கும் கடிகாரத்தை உணர அவரால் முடிந்தது. மணி மூன்று முப்பது. அவரது மார்பை அவளிடம் கொண்டுவந்து அவள் இடுப்பை நோக்கி இழுத்தார். அவர் ஒரு வெதுவெதுப்பான உறக்கத்தில் இருந்தார். மறுநாள் காலையில் அவர் மீண்டும் அந்த வீட்டுப் பெண்ணால் எழுப்பப்பட்டார்.

"நீங்கள் விழித்திருக்கிறீர்களா?"

அவர் பதில் கூறவில்லை. அந்தப் பெண்மணி தனது காதுகளை ரகசிய அறையின் கதவின் மீது வைத்திருக்கிறாளா? ஒரு விதமான வலி அவருக்குள் சென்றது என்னவோ உண்மைதான். ஒருவேளை போர்வையின் வெப்பம் காரணமாக, இளம்பெண்ணின் தோள்கள் வெளிப்பட்டு,

அவள் தலைக்கு மேல் ஒரு கை கொண்டுவந்திருக்கலாம். அவர் போர்வையை மேலே இழுத்தார்.

"நீங்கள் எழுந்திருக்கிறீர்களா?"

இன்னும் பதில் சொல்லாமல் தலையைத் தலையணையின் கீழ் வைத்தார். ஒரு மார்பகம் அவர் கன்னத்தைத் தொட்டது. திடீரென்று தீப்பிடித்தது போல் இருந்தது. அவர் அந்தப் பெண்ணின் முதுகில் கையை வைத்து அவளைத் தன் காலால் அவரை நோக்கி இழுத்தார்.

"ஐயா! ஐயா!" அந்தப் பெண் மூன்று அல்லது நான்கு முறை கதவைத் தட்டினாள்.

"நான் விழித்திருக்கிறேன், நான் ஆடை அணிந்து வருகிறேன்." அவர் பதில் சொல்லாவிட்டால் அறைக்குள் வந்து விடுவாள் என்று தோன்றியது.

அந்தப் பெண் தண்ணீர் மற்றும் பற்பசை போன்றவற்றை அடுத்த அறைக்குள் கொண்டு வந்திருந்தாள்.

"எப்படி இருந்தது?" அவள் அவருடைய காலை உணவைப் பரிமாறும் போது கேட்டாள். "அவள் நல்ல பெண் என்று நினைக்கவில்லையா?"

"மிகவும் நல்ல பெண்," எகுச்சி தலையசைத்தார். "அவள் எப்போது எழுந்திருப்பாள்?"

"எனக்கு ஆச்சரியமாக இருக்கிறது."

"அவள் விழிக்கும் வரை நான் இருக்க முடியாதா?"

"அப்படி நாங்கள் அனுமதிக்க முடியாது," என்று அந்தப் பெண் அவசரமாகச் சொன்னாள். "எங்கள் மூத்த விருந்தினர்களுக்குக் கூட நாங்கள் அதை அனுமதிக்க மாட்டோம்."

"ஆனால், அவள் மிகவும் நல்ல பெண்."

உறங்கும் அழகிகளின் இல்லம் | 71

"அவர்களுடன் பழகுவது நல்லதல்ல, முட்டாள்தனமான உணர்ச்சிகள் எதுவும் வேண்டாம். அவள் உங்களுடன் தூங்கியதுகூட அவளுக்குத் தெரியாது.

அவள் உங்களுக்கு எந்தப் பிரச்சினையும் செய்ய மாட்டாள்."

"ஆனால், நான் அவளை நினைவில் வைத்திருக்கிறேன். நாங்கள் தெருவில் சென்றால் என்ன செய்வது?"

"நீங்கள் அவளிடம் பேசலாம் என்று சொல்கிறீர்களா? அதைச் செய்யாதீர். அது ஒரு குற்றமாகும்."

"குற்றமா?"

"உண்மையாக இருக்கக்கூடும்"

"நீங்கள் தவறாக எடுத்துக்கொள்ளவில்லை என்றால் நான் உங்களிடம் ஒன்று கேட்க வேண்டும். தூங்கும் பெண்களைத் தூங்கும் பெண்களாக மட்டுமே நினைக்கலாமே" அவர் அந்தச் சோகமான முதுமை நிலையை இன்னும் அடையவில்லை என்று பதிலடி கொடுக்க விரும்பினார். ஆனால், தன்னைத் தடுத்து நிறுத்திக்கொண்டார்.

"நேற்றிரவு மழை பெய்ததாக நான் நம்புகிறேன்," என்று அவர் கூறினார்.

"அப்படியா? நான் கவனிக்கவில்லை."

"நான் நிச்சயமாக மழையின் சத்தத்தைக் கேட்டேன்."

ஜன்னலுக்கு வெளியே இருந்த கடலின் சிறிய அலைகள் குன்றின் அருகே தோன்றிய காலை சூரிய ஒளியைப் பிடித்தன.

3

அவரது இரண்டாவது வருகைக்கு எட்டு நாட்களுக்குப் பிறகு, முதியவர் எகுச்சி மீண்டும் 'உறங்கும் அழகிகளின் இல்லத்திற்கு' சென்றார். அவரது முதல் மற்றும் இரண்டாவது வருகைகளுக்கு இடையில் இரண்டு வாரங்கள் இருந்ததால், இப்போது இடைவெளி பாதியாகக் குறைந்திருந்தது. பெண்களின் மயக்கத்தால் அவர் படிப்படியாக இழுக்கப்பட்டாரா?

"இன்றைக்கும் பயிற்சி போய்க்கொண்டிருக்கிறது" என்று அந்த வீட்டுப் பெண் தேநீர் தயாரித்துக் கொண்டு சொன்னாள். "நீங்கள் ஏமாற்றமடையலாம். ஆனால், தயவுசெய்து அவளைப் பொறுத்துக்கொள்ளுங்கள்."

"மீண்டும் வேறு ஒன்றா?"

"நீங்கள் வருவதற்குச் சற்று முன்புதான் அழைத்தீர்கள், நான் என்னிடம் இருப்பவர்களைக் கொண்டு ஏற்பாடு செய்ய வேண்டியிருந்தது. குறிப்பாக உங்களுக்கு ஏதாவது ஒரு பெண் தேவையென்றால், இரண்டு அல்லது மூன்று நாட்களுக்கு முன்பே எனக்குத் தெரிவிக்கும்படி உங்களிடம் கேட்டுக்கொள்கிறேன்."

"அப்படியா. ஆனால், அவள் பயிற்சியில் இருப்பதாக நீங்கள் சொன்னதற்கு என்ன அர்த்தம்?"

"அவள் புதியவள், சிறியவள்." வயதான எகுச்சி திடுக்கிட்டார்.

அவள் பயந்துவிட்டாள், "தன்னுடன் யாராவது இருக்கக் கூடாதா" என்று கேட்டாள். "ஆனால், நான் உங்களை வருத்தப்படுத்த விரும்பவில்லை."

"இரண்டுபேரா? இவ்வளவு மோசமாக இருக்கும் என்று நான் நினைக்கவில்லை. ஆனால், அவள் நன்றாகத் தூங்கினால், அவளும் இறந்துவிடுவாள், பயப்படுவதா வேண்டாமா என்பதை அவள் எப்படி அறிந்துகொள்வாள்?"

"மிகவும் உண்மை. ஆனால், அவளுடன் எளிமையாக இருங்கள். அவளுக்கு அது பழக்கமில்லை."

"நான் ஒன்றும் செய்யமாட்டேன்."

"என்னால் அதைச் சரியாகப் புரிந்துகொள்ள முடிகிறது."

"பயிற்சியிலா?" என்று தனக்குள் முணுமுணுத்துக் கொண்டார். உலகில் விசித்திரமான பல விஷயங்கள் இருக்கின்றன. வழக்கம் போல், அந்தப் பெண் கதவைத் திறந்து உள்ளே பார்த்தாள். "அவள் தூங்குகிறாள். தயவு செய்து, நீங்கள் தயாராக இருக்கும்போது" என்று சொல்லிவிட்டு அவள் வெளியே சென்றாள்.

எகுச்சி இன்னொரு கோப்பை தேநீர் அருந்தினார். அவர் கைமேல் தலை வைத்துப் படுத்திருந்தார். குளிர்ச்சியான வெறுமை அவருக்குள் நுழைந்தது. அந்த முயற்சி தனக்கு அதிகமாக இருப்பது போல் எழுந்தார். அமைதியாகக் கதவைத் திறந்து, வெல்வெட்டின் ரகசிய அறையைப் பார்த்தார்.

அந்தச் 'சிறிய' பெண்ணிற்குச் சிறிய முகம் இருந்தது. பின்னல் அவிழ்க்கப்பட்டது போல் கலைந்த அவளது தலைமுடி, கன்னத்தின் மேல் கிடந்தது, அவளது உள்ளங்கை மற்றொன்றின் மேல் அவள் வாய்க்குக் கீழே கிடந்தது.

அதனால், அவள் முகம் முன்பு இருந்ததை விடச் சிறியதாக இருந்திருக்கலாம். குழந்தையைப் போல அவள் தூங்கிக் கொண்டிருந்தாள். அவள் கை அவள் முகத்திற்கு எதிராகக் கிடந்தது அல்லது மாறாக, அவளது தளர்வான கையின் விளிம்பு அவளது கன்னத்தை லேசாகத் தொட்டது. மேலும், வளைந்த விரல்கள் அவளது மூக்கின் பாலத்திலிருந்து அவள் உதடுகளுக்கு மேல் கிடந்தன. நீண்ட நடுவிரல் அவளது தாடையை எட்டியது. அது அவளுடைய இடது கை. விரல்கள் மெதுவாகப் பற்றிக்கொண்ட அவளது வலது கை மெத்தையின் விளிம்பில் கிடந்தது. அவள் அழகுசாதனப் பொருட்களைப் பயன்படுத்தவில்லை. உறங்கச் செல்வதற்கு முன் அவள் அதைக் கலைத்ததாகவும் தெரியவில்லை.

முதியவர் எகுச்சி அவள் அருகில் சென்றார். அவளைத் தொடக்கூடாது என்பதில் கவனமாக இருந்தார். அவள் அசையவில்லை. ஆனால், மின்சாரப் போர்வையின் வெம்மையிலிருந்து வேறுபட்ட அவளது அரவணைப்பு அவரைச் சூழ்ந்தது. அது ஒரு காட்டின் ஆரம்பக்கட்ட வெப்பம் போல் இருந்தது. ஒருவேளை அவளுடைய தலைமுடி மற்றும் தோலின் வாசனை அவரை அப்படி நினைக்க வைத்திருக்கலாம். ஆனால், இது மட்டுமல்ல.

"பதினாறு அல்லது அதற்கு மேல் இருக்கலாம்?" என்று தனக்குள் முணுமுணுத்துக் கொண்டார். பெண்களைப் பெண்களாகப் பயன்படுத்த முடியாத முதியவர்கள் அடிக்கடி வரும் வீடு அது. ஆனால், எகுச்சி தனது மூன்றாவது வருகையில், அத்தகைய பெண்ணுடன் தூங்குவது விரைவான ஆறுதல் அளிப்பதாக நினைத்தார். மேலும், தூங்க வைக்கப்பட்ட ஒரு பெண்ணின் அருகில் எப்போதும் உறங்குமாறு ரகசியமாகக் கேட்ட முதியவர்கள் அவர்களில் இருந்தார்களா? இளம் பெண்ணின் உடலில் ஒரு சோகம் இருந்தது. அது ஒரு வயதான மனிதனின் மரணத்திற்கான அவனது ஏக்கத்தை அதிகப்படுத்தியது, வீட்டிற்கு வந்த முதியவர்களில் எகுச்சி, மிக எளிதாக நகரும்

உறங்கும் அழகிகளின் இல்லம் | 75

ஒருவராக இருக்கலாம். மேலும், ஒருவேளை அவர்களில் பெரும்பாலோர் உறங்கிக்கொண்டிருக்கும் பெண்களின் இளமையைச் சுவைப்பதிலும், விழித்துக்கொள்ளாத பெண்களை அனுபவிப்பதையும் விரும்பினர்.

அவரது தலையணையில் மீண்டும் இரண்டு வெள்ளை தூக்க மாத்திரைகள் இருந்தன. அவற்றை எடுத்துப் பார்த்தார். மருந்து என்னவாக இருக்கும் என்பதற்கான பெயரோ குறியீடோ எதுவும் இல்லை. சந்தேகத்திற்கு இடமின்றி, இளம்பெண் உட்கொண்ட மருந்திலிருந்து இது வேறுபட்டது. அடுத்த வருகையிலும் அந்த மருந்தைக் கேட்க நினைத்தார். கேட்டது வழங்கப்பட வாய்ப்பில்லை. ஆனால், இறந்தவர்களைப் போல் தூங்குவது எப்படி இருக்கும்? மரணம் போன்ற உறக்கத்தில் இருக்கும் ஒரு பெண்ணின் அருகில் ஒரு மரணத் தூக்கம் தூங்கும் எண்ணத்தில் அவர் மிகவும் ஈர்க்கப்பட்டார்.

"மரணத்தைப் போன்றதொரு தூக்கம்!" வார்த்தைகள் ஒரு பெண்ணின் நினைவை மீண்டும் கொண்டு வந்தன. மூன்று ஆண்டுகளுக்கு முன்பு, வசந்த காலத்தில், எகுச்சி ஒரு பெண்ணைக் கோபேயில் உள்ள தனது விடுதிக்கு அழைத்து வந்தார். அவள் ஒரு இரவு கேலிக்கை விடுதியிலிருந்து வந்தவள். நள்ளிரவைக் கடந்துவிட்டது. அவர் தனது அறையில் வைத்திருந்த ஒரு பாட்டிலிலிருந்து விஸ்கியைக் குடித்துவிட்டு அந்தப் பெண்ணுக்குச் சிறிது கொடுத்தார். அவளும் அவர் அளவுக்கு மது அருந்தினாள். அவர் விடுதியில் வழங்கிய இரவு உடைகளை மாற்றிக்கொண்டார். ஆனால், அவள் எதையும் அணிந்துகொள்ளவில்லை. உள்ளாடையில் இருந்த அவளைக் கைகளில் ஏந்திக்கொண்டார்.

அவர் மெதுவாகவும் இலக்கின்றியும் அவள் முதுகில் தடவிக்கொண்டிருந்தார்.

அவள் அவரை மேலே இழுத்தாள். "இவற்றில் என்னால் தூங்க முடியாது." தன் ஆடைகளை எல்லாம் கழற்றி

கண்ணாடி முன் இருந்த நாற்காலியில் எறிந்தாள். அவர் ஆச்சரியப்பட்டார். ஆனால், ஆர்வக்கோளாறுகள் அப்படித்தான் என்று தனக்குத்தானே சொல்லிக்கொண்டார். அவள் வழக்கத்திற்கு மாறாக அடக்கமாக இருந்தாள்.

"இன்னும் இல்லையா?" அவர் அவளிடமிருந்து விலகியபடி கேட்டார்.

"நீங்கள் ஏமாற்றுகிறீர்கள், மிஸ்டர் எகுச்சி." இரண்டுமுறை சொன்னாள். "நீங்கள் ஏமாற்றுகிறீர்கள்." ஆனால், அவள் அமைதியாகவும் பணிவாகவும் இருந்தாள்.

விஸ்கி அதன் விளைவைக் காட்டியது. முதியவர் விரைவில் தூங்கினார். அந்தப் பெண் ஏற்கெனவே படுக்கையிலிருந்து எழுந்திருப்பதைப் போன்ற உணர்வு அவரைக் காலையிலேயே எழுப்பியது. அவள் தலைமுடியை ஒழுங்கமைத்துக் கொண்டு கண்ணாடியின் முன் இருந்தாள்.

"நீ சீக்கிரமாக எழுந்துவிட்டாய்."

"ஏனென்றால் எனக்குக் குழந்தைகள் உள்ளனர்."

"குழந்தைகளா?"

"இரண்டு. மிகச் சிறிய குழந்தைகள்."

அவர் படுக்கையிலிருந்து எழுவதற்குள் அவள் விரைந்து சென்றாள்.

நெடுநேரமாக அவர் தழுவிய மெலிந்த மற்றும் உறுதியான சதை கொண்ட முதல் பெண்ணான அவள் இரண்டு குழந்தைகளைப் பெற்றிருப்பது விசித்திரமாகத் தோன்றியது. அவளுடையது அப்படிப்பட்ட உடலாக இருக்கவில்லை. அந்த மார்பகங்கள் ஒரு குழந்தைக்குப் பாலூட்டியதாகத் தெரியவில்லை.

உறங்கும் அழகிகளின் இல்லம் | 77

அவர் ஒரு சுத்தமான சட்டையை எடுக்கத் தனது சூட்கேஸைத் திறந்தார், அங்கு எல்லாம் நேர்த்தியாக அடுக்கப்பட்டிருப்பதைக் கண்டார். பத்து நாட்கள் தங்கியிருந்த காலத்தில், அவர் தனது அழுக்குத் துணியைத் துடைத்து உள்ளே திணித்து, கீழே எதையோ தேடி உள்ளேயிருந்ததைக் கிளறி, கோபேயில் பெற்ற பரிசுப் பொருட்களைத் தூக்கி எறிந்தார். மேலும், சூட்கேஸ் இனி மூடாத அளவுக்கு வீங்கி விட்டது. அவளால் உள்ளே பார்க்க முடிந்தது. அவர் சிகரெட்டுக்காக அதைத் திறந்தபோது அவள் அவரைக் குழப்பத்துடன் பார்த்தாள். ஆனாலும், அவருக்காக அதை ஒழுங்காக வைக்க அவளை எது தூண்டியது? அவள் எப்போது வேலை செய்தாள்? அவரது அழுக்கு உள்ளாடைகள் மற்றும் பல உடைகள் நேர்த்தியாக மடிந்திருந்தன. ஒரு பெண்ணின் திறமையான கைகளுக்குக் கூட நேரம் எடுத்திருக்க வேண்டும். எகுச்சி உறங்கச் சென்ற பிறகு, தன்னால் தூங்க முடியாமல் அவள் அதைச் செய்தாளா?

"சரி," என எகுச்சி, நேர்த்தியான சூட்கேஸைப் பார்த்தார். "அவளை எது செய்ய வைத்தது என்று எனக்கு ஆச்சரியமாக இருக்கிறது?"

மறுநாள் மாலை, உறுதியளித்தபடி அந்தப் பெண்ணை அவர் ஒரு ஜப்பானிய உணவகத்தில் சந்திக்க வந்தார். அவள் ஜப்பானிய கிமோனோ அணிந்திருந்தாள்.

"கிமோனோ அணிந்திருக்கிறாயா?"

"சில நேரங்களில். ஆனால், நான் அதில் மிகவும் அழகாக இருப்பதாக நினைக்கவில்லை." அவள் கலகலப்பாக சிரித்தாள். "மதியம் என் தோழியிடம் இருந்து எனக்குத் தொலைபேசி அழைப்பு வந்தது. அவள் அதிர்ச்சியடைந்துவிட்டதாகச் சொன்னாள். அவள் எல்லாம் சரியாக இருக்கிறதா என்று கேட்டாள்.

"நீ அவளிடம் சொன்னாயா?"

"நான் ரகசியங்களை வைத்திருப்பதில்லை."

அவர்கள் நகரத்தின் வழியாக நடந்தார்கள். எகுச்சி ஒரு கிமோனோ மற்றும் ஓபிக்குத் தேவையான பொருட்களை வாங்கினார். அவர்கள் மீண்டும் ஹோட்டலுக்குச் சென்றனர். ஜன்னலிலிருந்து அவர்களால் துறைமுகத்தில் ஒரு கப்பலின் விளக்குகளைப் பார்க்க முடிந்தது. அவர்கள் ஜன்னல் அருகே முத்தமிட்டுக் கொண்டிருந்தபோது, எகுச்சி ஜன்னல் மறைப்பை மூடிவிட்டு திரைச்சீலைகளை இழுத்தார். அவர் அந்தப் பெண்ணுக்கு விஸ்கி கொடுத்தார். ஆனால், அவள் வேண்டாமென்று தலையை ஆட்டினாள். அவள் தன் கட்டுப்பாட்டை இழக்க விரும்பவில்லை. ஆழ்ந்த உறக்கத்திற்குச் சென்றாள். மறுநாள் காலை எகுச்சி படுக்கையிலிருந்து எழுந்ததும் அவள் எழுந்தாள்.

"நான் இறந்தது போல் தூங்கினேன், நான் இறந்தது போல் தூங்கினேன்."

"அவள் கண்களைத் திறந்து கொண்டு அப்படியே கிடந்தாள். அவை தண்ணீரால், சுத்தமாக கழுவப்பட்டிருந்தன.

அவர் இன்று டோக்கியோவுக்குத் திரும்பப் போகிறார் என்பது அவளுக்குத் தெரியும். இவளது கணவர் கோபேயில் உள்ள ஒரு வெளிநாட்டு நிறுவனத்தில் இருந்தபோது அவளுக்குத் திருமணம் நடந்தது. அவர் இரண்டு வருடங்களாக சிங்கப்பூரில் இருக்கிறார். அடுத்த மாதம் அவர் கோபேக்கு வருவார். முந்தின இரவே எகுச்சியிடம் அவள் சொன்னாள். அவள் திருமணமானவள் என்பதும், வெளிநாட்டவரைத் திருமணம் செய்து கொண்டதும் முன்பே அவருக்குத் தெரிந்திருக்கவில்லை. நைட் கிளப்பிலிருந்து அவளைக் கவர்ந்திழுப்பதில் அவருக்கு எந்தப் பிரச்சினையும் இல்லை. அவர் சிறிது நேரத்தில் அங்குச் சென்றிருந்தார், அடுத்த டேபிளில் இரண்டு மேற்கத்திய ஆண்களும் நான்கு

உறங்கும் அழகிகளின் இல்லம் | 79

ஜப்பானிய பெண்களும் இருந்தனர். அவர்களில் நடுத்தர வயது பெண் எகுச்சிக்கு அறிமுகமானவள், அவள் அவரை வணங்கினாள். அவள் அந்த ஆண்களுக்கு வழிகாட்டியாகச் செயல்பட்டாள் என்பது வெளிப்படையாகத் தெரிந்தது. இரண்டு ஆண்களும் நடனமாட எழுந்தபோது, மற்ற இளம் பெண்களுடன் நடனமாடுவது அவனுக்குப் பிடிக்காதா என்று அவள் கேட்டாள். இரண்டாவது நடனத்தின் பாதியில் அவர்களை வெளியே செல்லுமாறு பரிந்துரைத்தார். அவள் குறும்புத்தனமான உல்லாசத்தில் ஈடுபடுவது போல் இருந்தது. அவள் உடனடியாக விடுதிக்கு வந்தாள், அவர்கள் அவரது அறையில் இருந்தபோது, எகுச்சி அதிக சிரமத்தை உணர்ந்தார்.

அதனால்தான் எகுச்சிக்குத் திருமணமான ஒரு வெளிநாட்டவரின் மனைவியுடன் தொடர்பு இருந்தது. அவள் தன் குழந்தைகளை ஒரு செவிலியர் அல்லது வீட்டு ஆசிரியையிடம் விட்டுவிட்டு வந்திருந்தாள். மேலும், ஒரு திருமணமான பெண்ணிடம் எதிர்பார்க்கும் மெத்தனத்தை அவள் காட்டவில்லை. அதனால், தவறாக நடந்து கொண்ட உணர்வு கண்டிப்பாக இல்லை. மனசாட்சியின் சில வலிகள் அனைத்திலும் நீடித்தன. ஆனால், இறந்தது போல் உறங்கிவிட்டேன் என்று அவள் சொன்னதைக் கேட்டு அவரின் மகிழ்ச்சி இளமையின் இசையைப்போல் அவருக்குள் தங்கிவிட்டது. அப்போது எகுச்சிக்கு அறுபத்துநான்கு வயது, அந்தப் பெண் ஒருவேளை நடுத்தர அல்லது இருபதுகளின் பிற்பகுதியில் இருக்கலாம். அவர்களின் வயது வித்தியாசம், ஓர் இளம் பெண்ணுடனான தனது கடைசி உறவு இது என்று எகுச்சி நினைத்தார். இரண்டு இரவுகளில், ஒரு இரவில், உண்மையில், இறந்தது போல் தூங்கியவள் மறக்க முடியாத பெண்ணாக மாறிவிட்டாள். அவள் அடுத்ததாகக் கோபியில் இருக்கும்போது அவரை மீண்டும் பார்க்க விரும்புவதாக அவள் எழுதியிருந்தாள். ஒரு மாதத்திற்குப் பிறகு ஒரு குறிப்பு வந்தது அவளது கணவர் திரும்பி வந்துவிட்டார் என்றும்,

அதனால் அவள் அவரை மீண்டும் பார்க்க விரும்புகிறாள் என்றும் கூறியது. ஒரு மாதத்திற்குப் பிறகும் இதே போன்ற குறிப்பு இருந்தது. அவர் அதைப்பற்றி மேலும் கேட்கவில்லை.

"சரி," என முதியவர் எகுச்சி தனக்குள் முணுமுணுத்தார். "அவள் மீண்டும் கர்ப்பமாகிவிட்டாள், அவளது மூன்றாவது கர்ப்பம். அதில் எந்தச் சந்தேகமும் இல்லை." மூன்று ஆண்டுகளுக்குப் பிறகு, மரணம் போல் தூக்கத்தில் இருந்த ஒரு இளம்பெண்ணின் அருகில் அவர் படுத்திருந்தபோது, அந்த எண்ணம் அவருக்கு வந்தது.

அவருக்கு இதுபோல் எதுவும் முன்பு வந்திருக்கவில்லை. இப்போது வந்திருப்பதால் எகுச்சி குழப்பமாக இருந்தார். ஆனால், அவர் அதை எவ்வளவு அதிகமாக மனதில் புரட்டினாரோ அந்த அளவுக்கு அது உண்மை என்று உறுதியாக இருந்தார். அவள் கர்ப்பமாக இருந்ததால் எழுதுவதை நிறுத்திவிட்டாளா? அவர் லேசாகப் புன்னகைத்தார். சிங்கப்பூரிலிருந்து திரும்பி வந்த கணவனுடன் இருந்து கர்ப்பமடைந்தது தன்னுடைய முறையற்ற தன்மையைக் கழுவிட்டாள் என்பது அவருக்கு அமைதியாகவும் நிம்மதியாகவும் இருந்தது. மேலும், அந்தப் பெண்ணின் உடலைப் பற்றிய ஓர் அன்பான பிம்பம் அவர் முன் வந்தது. அது காமத்தைத் தூண்டவில்லை. உறுதியான, வழுவழுப்பான, உயரமான உடல் இளம் பெண்ணின் அடையாளமாக இருந்தது. திடீரென அவளுடைய கர்ப்பம் அவரது கற்பனையில் உதித்தது. ஆனால், அது உண்மை என்பதை அவருக்கு எந்தச் சந்தேகமும் இல்லை.

"என்னை உங்களுக்குப் பிடிக்குமா?" என்று விடுதியில் கேட்டாள்.

"ஆமாம், எனக்கு உன்னைப் பிடிக்கும். எல்லாப் பெண்களும் கேட்கும் கேள்விதான் இது."

"ஆனால்..." என்று அந்த வாக்கியத்தை அவள் முடிக்கவில்லை.

"உங்களிடம் எனக்கு என்ன பிடிக்கும் என்று நீங்கள் கேட்கமாட்டீர்களா?"

"சரி. நான் இனி எதுவும் சொல்லமாட்டேன்."

ஆனால், அவர் அவளை விரும்பினார் என்பதை அந்தக் கேள்வி அவருக்கு உணர்த்தியது. மூன்றாண்டுகளுக்குப் பிறகும் அவர் அதை மறக்கவில்லை. மூன்று குழந்தைகளுக்குத் தாயான அவள், இன்னும் அவளுடைய பழைய உடல்வாகுடன் இருப்பாளா? அவருக்கு அந்தப் பெண்ணின் மீது ஓர் ஈர்ப்பு இருந்தது.

பக்கத்திலிருந்து தூங்கிக்கொண்டிருந்த பெண்ணை அவர் மறந்துவிட்டார். ஆனால், அவள்தான் அவருக்கு கோபேயிலிருந்த பெண்ணைப் பற்றி நினைவூட்டியிருந்தாள். கன்னத்தில் வைத்திருந்த கை வளைந்து அவர் பக்கமாக இருந்தது. அதன் மணிக்கட்டில் பிடித்து, மெத்தையின் கீழ் நீட்டினார். மின்சாரப் போர்வையிலிருந்து வெப்பம் அதிகமாக வந்தது. அவள் அதைத் தோள்பட்டை எலும்புகளுக்குக் கீழே போர்வையைத் தள்ளினாள். அவளுடைய புத்துணர்ச்சி கொண்ட உருண்டையான தோள் பகுதி அவள் கண்களுக்கு மிக அருகில் இருந்தது. அவர் உள்ளங்கையிலிருந்து ஒரு தோளை எடுக்க முடியுமா என்று பார்க்க விரும்பினார். ஆனால், பின்வாங்கினார். தோள்பட்டைகளை மறைக்கும் அளவுக்குச் சதை வளமாக இல்லை. அவர் அவைகளைத் தள்ள விரும்பினார். ஆனால், மீண்டும் பின்வாங்கினார். அவர் அவளது வலது கன்னத்தில் இருந்த முடியை மெதுவாக ஒதுக்கினார். உறங்கும் முகம் கூரை மற்றும் கருஞ்சிவப்பு திரைச்சீலைகளின் மெல்லிய வெளிச்சத்தில் மென்மையாக இருந்தது. புருவங்களுக்கு எதுவும் செய்யப்படவில்லை. கண் இமைகள் சமமாக இருந்தன. மேலும், அவற்றை அவர் விரல்களுக்கு இடையில் எடுத்துச் செல்ல முடியும். கீழ் உதடு மையத்தை நோக்கி சற்று தடித்திருந்தது. அவளது பற்களை அவரால் பார்க்க முடியவில்லை.

எகுச்சிக்கு இந்த வீட்டிற்கு வந்தபோது, கனவில்லா உறக்கத்தில் இருக்கும் ஓர் இளம் முகத்தை விட அழகாக எதுவும் தெரியவில்லை. இந்த உலகில் கிடைக்கும் இனிமையான ஆறுதல் என்று இதைச் சொல்லலாமா? எந்தப் பெண்ணும் எவ்வளவு அழகாக இருந்தாலும், அவள் தூங்கும் போது தன் வயதை மறைக்க முடியாது. ஒரு பெண் அழகாக இல்லாவிட்டாலும்கூட அவள் நன்றாகத் தூங்கினாள். மேலும், இந்த வீடு தூங்கும் முகங்கள் குறிப்பாக அழகாக இருக்கும் பெண்களைத் தேர்ந்தெடுத்திருக்கலாம். அந்தச் சிறிய முகத்தைப் பார்க்கும்போது தன் வாழ்க்கையின், பல ஆண்டுகளின் கஷ்டங்கள் மறைந்துவிட்டதை உணர்ந்தார். இப்போதுகூட மாத்திரைகளைச் சாப்பிட்டுவிட்டுத் தூங்கச் சென்றிருந்தால் அது மகிழ்ச்சியான இரவாக இருந்திருக்கும். ஆனால், அவர் கண்களை மூடிக்கொண்டு அமைதியாகக் கிடந்தார். அவர் தூங்க விரும்பவில்லை. அந்தப் பெண்தான், கோபேயில் உள்ள பெண்ணை நினைவில் கொள்ள வைத்தது, மற்ற நினைவுகளையும் கொண்டு வரக்கூடும்.

கோபேயில் இருந்த இளம் மனைவி, இரண்டு வருடங்களுக்குப் பிறகு மீண்டும் தன் கணவனை வரவேற்று, உடனே கர்ப்பமாகிவிட்டாள் என்ற எண்ணம், தவிர்க்க முடியாதது போல, அப்படித்தான் இருக்க வேண்டும் என்ற தீவிர உணர்வும் எகுச்சியை விட்டு வேகமாக வெளியேறவில்லை. அந்தப் பெண் சுமந்து கொண்டிருக்கும் குழந்தையை அந்த விவகாரம் ஒன்றும் செய்யவில்லை என்று அவருக்குத் தோன்றியது. கர்ப்பம் மற்றும் பிறப்பு என்பது உண்மையில் ஓர் ஆசீர்வாதம். இளம் வாழ்க்கை அந்தப் பெண்ணுள் வேலை செய்து கொண்டிருந்தது. அவருடைய வயதை இன்னும் அதிகமாகச் சொல்லிக்கொண்டிருந்தது. ஆனால், எந்த எதிர்ப்பும் இல்லாமல், தடையும் இல்லாமல் அமைதியாக அவரிடம் தன்னைக் கொடுத்தது ஏன்? தனது எழுபது வருடங்களில் இதற்கு முன் நடக்காத ஒன்று என்று அவர் நினைத்தார். அவளிடம் விபச்சாரிக்கு உண்டான எந்தவொரு

தன்மையும் இருக்கவில்லை. இந்த வீட்டில் இப்போது இருந்ததைவிட, உண்மையில், அந்தப் பெண்ணின் அருகில் தூங்கும்போது மிகவும் விசித்திரமாக ஏற்படும் குற்ற உணர்வு அவருக்குக் குறைவாகவே இருந்தது. இன்னும் படுக்கையில், அந்தப் பெண் அமைதியாகத் தனக்காகக் காத்திருக்கும் சிறு குழந்தைகளிடம் விரைந்து செல்வதை அவர் மகிழ்ச்சியுடனும் ஒப்புதலுடனும் பார்த்தார். அநேகமாக அவர் வாழ்நாளில் கடைசி இளம்பெண், மறக்க முடியாதவளாக மாறிவிட்டாள், அவள் தன்னை மறந்திருப்பாள் என்று அவர் நினைக்கவில்லை. இந்த விவகாரம் அவர்களின் வாழ்நாள் முழுவதும் ரகசியமாகவே இருக்கும் என்றாலும், ஆழமான காயங்களை ஏற்படுத்தவில்லை. அவர்களில் யாரும் தங்களை மறந்துவிடுவோம் என்று அவர் நினைக்கவில்லை.

ஆனால், 'உறங்கும் அழகி' பயிற்சியில் இருக்கும் இந்தப் பெண், கோபே பெண்ணை மிகவும் பளிச்சென்று திரும்ப நினைவில் கொண்டு வந்திருப்பது விந்தையானது. அவர் கண்களைத் திறந்தார். அவள் இமைகளை மெதுவாகத் தடவினார். அவள் முகம் சுளித்து விலகினாள், உதடுகள் விரிந்தன. அவள் கீழ்த் தாடைக்குள் நுழைவது போல, அவளது நாக்கு உள்ளிறங்கியது. குழந்தையைப் போன்ற நாக்கின் துல்லியமான மையத்தில் ஒரு மகிழ்ச்சியான வெற்றிடம் இருந்தது. அவருக்கு ஆசை ஏற்பட்டது. அவளுடைய திறந்த வாய்க்குள் உற்றுப் பார்த்தார். அவர் அவளுடைய கழுத்தை நெரித்தால், சிறிய நாக்கு பற்களில் பிடிபடலாம். நீண்ட காலத்திற்கு முன்பு, இந்தப் பெண்ணைவிட இளைய ஒரு விபச்சாரியை எப்படி அறிந்திருந்தோம் என்பதை நினைவு கூர்ந்தார். அவரது ரசனை வேறுவிதமாக இருந்தாலும், அவள்தான் அவருக்காக இந்த வீட்டின் பெண்ணால் அவருக்கு ஒதுக்கப்பட்டவள். அவள் தன்னுடைய நீண்ட மெலிந்த நாக்கைப் பயன்படுத்தினாள். அது ஈரப்பதமாக இருந்தது. மேலும், எகுச்சி அதைக் கண்டு மகிழ்ச்சியடையவில்லை. நகரத்திலிருந்து மேளம் மற்றும்

புல்லாங்குழலின் ஒலிகள் வந்து அவருடைய இதயத்தை வேகமாகத் துடிக்கச் செய்தன. அது பார்ப்பதற்கு ஒரு திருவிழா இரவைப் போல இருந்தது. அந்தப் பெண்ணின் கண்கள் பாதாமைப் போலவும் முகம் உற்சாகமாகவும் இருந்தது. வாடிக்கையாளர் குறித்து அவளுக்கு எந்த விதமாக அக்கறையும் இல்லை என்பது உண்மையாக இருந்தபோதிலும் அவள் விரைவாக முன்னோக்கிச் சென்றாள்.

"திருவிழாவா" என்றார் எகுச்சி. "நீங்கள் திருவிழாவிற்குச் செல்ல அவசரப்படுகிறீர்கள் என்று நான் நினைக்கிறேன்."

"ஏன், நீங்கள் சரியாகத் தலையில் ஆணி அடிப்பதுபோல் சொன்னீர்கள். நான் ஒரு நண்பருடன் சென்று கொண்டிருந்தேன். பின்னர் நான் இங்கே அழைக்கப்பட்டேன்."

"சரி" என்று குளிர்ந்த, ஈரப்பதமான நாக்கைத் தவிர்த்தார். "மீண்டும் உங்கள் வழியில் போங்கள். அந்தச் சன்னதியிலிருந்து மேளச்சத்தம் வருகிறது என்று நான் நினைக்கிறேன்."

"ஆனால், இங்குள்ள பெண் என்னைத் திட்டுவாள்."

"நான் விளக்கம் சொல்லுகிறேன்."

"செய்வீர்களா? உண்மையாகவா?"

"உனக்கு என்ன வயது?"

"பதினான்கு."

ஆண்களுக்கு அவள் சிறிதும் பயப்படவில்லை. அவமானம் அல்லது பயம் பற்றிய எந்தச் சிந்தனையும் இல்லை. அவள் மனம் வேறு எங்கோ இருந்தது. அரிதாகவே தன்னை ஒழுங்குபடுத்திக் கொண்டு, திருவிழாவிற்கு விரைந்தாள்.

எகுச்சி ஒரு சிகரெட்டைப் புகைத்து, டிரம்ஸ் மற்றும் புல்லாங்குழல் இசையைக் கேட்டபடி இரவுக் கடைகளில் வியாபாரிகளைப் பார்வையிட்டார்.

அவருக்கு எவ்வளவு வயது? ஞாபகம் வரவில்லை. ஆனால், வருந்தாமல் அந்தப் பெண்ணைப் பண்டிகைக்கு அனுப்பும் வயது வந்திருந்தாலும், அவர் இப்போது இருக்கும் முதியவராக இருக்கவில்லை. இன்றிரவு வந்திருக்கும் இளம்பெண் மற்றவரைவிட இரண்டு அல்லது மூன்று வயது மூத்தவளாக இருக்கலாம். மேலும், அவளுடைய உடல் ஒரு பெண்ணுடையது. பெரிய வித்தியாசம் என்னவென்றால், அவள் தூங்க வைக்கப்பட்டிருந்தாள். எழுந்திருக்கமாட்டாள். இன்றிரவு திருவிழா மேளங்கள் எதிரொலித்தால்கூட அவள் கேட்க மாட்டாள். காதுகளை அழுத்திக் கொண்டு, இலையுதிர் காலத்தின் பிற்பகுதியில் மந்தமான காற்று வீட்டின் பின்புறம் உள்ள மலையின் மீது வீசுவதைக் கேட்கலாம் என்று நினைத்தார். சூடான மூச்சுக்காற்று அவர் முகத்தில் வீசியது. கருஞ்சிவப்பு வெல்வெட் திரைச்சீலைகளிலிருந்து மங்கலான வெளிச்சம் அவள் வாய்க்குள் பாய்ந்தது. இந்தப் பெண்ணின் நாக்கு மற்றவரின் நாக்கு போலக் குளிர்ச்சியாகவும் ஈரமாகவும் இருக்கும் என்று அவருக்குத் தோன்றவில்லை. சபலம் இன்னும் வலுவாக இருந்தது. அவருக்கு நாக்கைக் காட்டி 'உறங்கும் அழகிகளில்' முதன்மையானவள் இந்தப் பெண். அவள் நாக்கில் விரலை வைப்பதைவிட, ஒரு தவறான செயலை நோக்கிய உந்துதல் அவருக்குள் பளிச்சிட்டது.

ஆனால், எகுச்சியின் மனதில் கொடூரமான பயங்கரமான அந்தத் தவறான செயல் தெளிவாக உருவெடுக்கவில்லை. ஓர் ஆணுக்கும் பெண்ணுக்கும் செய்யக்கூடிய மிக மோசமான விஷயம் என்ன? உதாரணமாக, கோபே பெண் மற்றும் பதினான்கு வயது விபச்சாரியுடன் நடந்த விவகாரங்கள், நீண்ட வாழ்க்கையில் ஒரு கணம் மட்டுமே, அவை ஒரு கணத்தில் ஓடிவிட்டன. திருமணம் செய்துகொள்வது, அவரது மகள்களை வளர்ப்பது, இந்த விஷயங்கள் மேற்பரப்பில் நன்றாக இருந்தன. ஆனால், அவரது அதிகாரத்தால் நீண்ட ஆண்டுகள், அவர்களின் வாழ்க்கையைக் கட்டுப்படுத்தியது.

அவர்களின் இயல்புகளை மாற்றியமைத்தது. இவை தீய விஷயங்களாக இருக்கலாம். ஒருவேளை, சம்பிரதாயத்தாலும் ஒழுங்காலும் ஏமாற்றப்பட்டு ஒருவனுடைய தீய உணர்வு மரத்துப் போயிருக்கலாம்.

உறங்க வைக்கப்பட்டிருந்த ஒரு பெண்ணின் அருகில் படுத்திருப்பது சந்தேகத்திற்கு இடமின்றிக் கொடுமையானது. அவளைக் கொன்றால் கொடுமை விலகிவிடும். அவளது கழுத்தை நெரிப்பது அல்லது அவள் மூக்கு மற்றும் வாயை மூடுவது எளிது. வாயைத் திறந்து குழந்தைப் போல நாக்கை நீட்டித் தூங்கிக் கொண்டிருந்தாள். அவளது நாக்கு, தாயின் மார்பில் இருக்கும் ஒரு குழந்தையின் நாக்கைத் தொடுவது போல, அவரது விரலைச் சுற்றிச் சுருண்டு போவது போல் தோன்றியது. அவளின் தாடையிலும் மேல் உதட்டிலும் கை வைத்து வாயை மூடினார். அதை எடுத்துப் பார்த்தபோது மீண்டும் வாய் திறந்தது. தூக்கத்தில் பிரிந்த உதடுகளில் முதியவர் இளமையைக் கண்டார்.

அவள் மிகவும் இளமையாக இருந்தாள் என்ற உத்வேகத்தை அவருள் பளிச்சிடச் செய்திருக்கலாம். ஆனால், இந்த 'உறங்கும் அழகிகளின் இல்லத்திற்கு' ரகசியமாக வந்த முதியவர்களில், மறைந்த கடந்த காலத்தை ஏக்கத்துடன் திரும்பிப் பார்ப்பது மட்டுமல்லாமல், தங்கள் வாழ்க்கையில் செய்த தீமையை மறக்க முற்படுபவர்களும் இருக்க வேண்டும் என்று அவருக்குத் தோன்றியது. எகுச்சியை வீட்டிற்கு அறிமுகப்படுத்திய முதியவர் கிகா, நிச்சயமாக மற்ற விருந்தினர்களின் ரகசியங்களை வெளிப்படுத்தவில்லை. அவர்களில் சிலர் மட்டுமே இருந்திருக்கலாம். அவர்கள் உலக வெற்றியாளர்கள் என்று எகுச்சியால் கற்பனை செய்ய முடிந்தது. ஆனால், அவர்களில் சிலர் தவறிழைத்து மீண்டும் வெற்றியடைந்து, மீண்டும் மீண்டும் தவறு செய்து தங்கள் ஆதாயங்களைத் தக்கவைத்துக் கொண்டவர்களாக இருக்க வேண்டும். அவர்கள் தங்களுக்குள் சமாதானமாக இருக்க மாட்டார்கள். அவர்கள் தோற்கடிக்கப்பட்டவர்களாக

இருக்கலாம். அல்லது பாதிக்கப்பட்டவர்களாக இருக்கலாம். நிர்வாணமாக உறங்க வைக்கப்படும் இளம் பெண்களின் உடலுக்கு எதிராக அவர்கள் படுத்திருக்கும் போது அவர்களின் இதயங்களில் மரணத்தை நெருங்கிவிடுமோ என்ற பயம் மற்றும் இழந்த இளமைக்காக வருத்தப்படுவதைவிட அதிகமாக இருக்கும். வெற்றி பெற்றவர்களின் குடும்பங்களில் வருத்தமும், கொந்தளிப்பும் மிகவும் பொதுவானதாக இருக்கலாம். அவர்கள் எதிரில் மண்டியிடுபவர்கள் முன் புத்தராக இருப்பதில்லை. நிர்வாணப் பெண் ஒன்றும் அறியமாட்டாள். கண்களைத் திறக்க மாட்டாள். வயதானவர்களில் ஒருவர் அவளது கைகளை இறுக்கமாகப் பிடித்துக் கொண்டு, குளிர்ந்த கண்ணீரைக் கொட்டி, அழுது புலம்புவார்கள். அதற்காக முதியவர்கள் தங்கள் பெருமைகள் பாதிக்கப்படுமென்று வெட்கப்பட வேண்டியதில்லை. வருத்தமும் சோகமும் மிகவும் சுதந்திரமாக ஓடக்கூடும். மேலும் 'உறங்கும் அழகிகள்' தானே ஒரு புத்தராக இருக்கலாம் அல்லவா? அவள் இரத்தமும் சதையுமாக இருந்தாள். அவளுடைய இளம் தோல் மற்றும் வாசனை சோகமான வயதானவர்களுக்கு ஒரு மன்னிப்பாக இருக்கலாம்.

எகுச்சி அமைதியாகக் கண்களை மூடிக்கொண்டார். இந்த எண்ணங்கள் அவருக்கு வந்தபோது, மூன்று 'உறங்கும் அழகிகள்' அவருடன் இருந்தது கொஞ்சம் விசித்திரமாகத் தோன்றியது. இன்றிரவு ஒரு சிறிய மற்றும் இளைய, மிகவும் அனுபவமற்ற, அவர்களை அழைத்திருக்க வேண்டும். அவர் அவளைத் தன் கைகளில் எடுத்து, அவளைச் சூழ்ந்தார். அதுவரை அவர் அவளைத் தொடுவதைத் தவிர்த்திருந்தார். வலிமை வடிந்து, தூக்கத்தின் ஆழத்திலிருந்துகூட அவள் எகுச்சியை உணர்ந்திருக்கலாம். அவள் வாயை மூடினாள். அவள் இடுப்பு, முன்னோக்கித் தள்ளப்பட்டு, தோராயமாக அவருக்கு நேராக வந்தது.

அவளுக்கு என்ன மாதிரியான வாழ்க்கை இருக்கும் என்று அவர் யோசித்தார். அவள் எந்தப் பெரிய சாதனையும்

புரியவில்லை என்றாலும், அது ஒன்றாக இருக்குமா? இங்குள்ள முதியவர்களுக்கு ஆறுதல் அளித்ததற்காக அவள் மகிழ்ச்சி அடைவாள் என்று அவர் நம்பினார். பழைய புனைவுகளைப் போலவே, அவள் ஒரு புத்தரின் அவதாரம் என்று அவர் கிட்டத்தட்ட நினைத்தார். விபச்சாரிகளும் வேசிகளும் புத்தர் அவதாரம் எடுத்த பழைய கதைகள் இல்லையா?

அவளின் தளர்ந்த தலைமுடியை மெதுவாகக் கையில் எடுத்தார். அவர் தன்னை அமைதிப்படுத்திக் கொள்ள முயன்றார். தனது தவறான செயல்களின் ஒப்புதல் வாக்குமூலத்தையும் மனந்திரும்புதலையும் நாடினார். ஆனால், அவர் மனதில் மிதந்தது அவரது கடந்த காலத்தில் இருந்த பெண்கள். அவர் அன்புடன் நினைவில் வைத்திருப்பதற்கும் அவர்களுடனான அவருடைய விவகாரங்களின் நீளம், அவர்களின் அழகு, அவர்களின் கருணை மற்றும் புத்திசாலித்தனம் ஆகியவற்றுடன் எந்தத் தொடர்பும் இல்லை. "நான் இறந்தது போல் தூங்கினேன், நான் இறந்தது போல் தூங்கினேன்" என்று கோபே பெண் கூறியது போன்ற விஷயங்களுடன் இது தொடர்புடையது. அவரது அரவணைப்பில் தம்மைத் தொலைத்த, இன்பத்தில் வெறித்தனமான பெண்களுடன் தொடர்பு இருந்தது. இன்பம் என்பது அவர்களின் உடல் நலன்களைக் காட்டிலும் அவர்களின் பாசத்தின் ஆழம் குறைவாக இருந்ததா? இந்தப் பெண் முழுவதுமாக வளர்ந்த பிறகு எப்படி இருப்பாள்? அவளைத் தழுவிய கையை நீட்டி முதுகில் தடவினார். ஆனால், நிச்சயமாக அவருக்குத் தெரிய வழி இல்லை. அவரது முந்தைய வருகையின் போது அவர் சூனியக்காரி போன்ற பெண்ணுடன் தூங்கியபோது, அவர் தனது அறுபத்தேழு வயதில் பாலினத்தின் ஆழமும் அகலமும் எவ்வளவு அறிந்திருந்தார் என்று தன்னைத்தானே கேட்டுக் கொண்டார். மேலும், அந்த எண்ணத்தை அவர் தனது சொந்த முதுமையாக உணர்ந்தார். மேலும், இன்று இரவு

உறங்கும் அழகிகளின் இல்லம் | 89

அந்த இளம்பெண்ணுக்குள் கடந்த காலத்திலிருந்து உடலுறவு நினைவுகளைக் கொண்டு வருவது விசித்திரமாக இருந்தது. அவளது மூடிய உதடுகளை மெதுவாக தொட்டார். அதில் சுவை இல்லை. அவை உலர்ந்திருந்தன. உண்மையில் அதில் சுவையை அதிகரிக்கவும் வாய்ப்பில்லை. அவர் அவளை இனி பார்க்கவே முடியாது. சிறு உதடுகள் உடலுறவின் சுவையால் ஈரமாக இருந்த நேரத்தில், எகுச்சி ஏற்கெனவே இறந்துவிட்டிருக்கலாம். அந்த எண்ணம் அவருக்கு வருத்தம் தரவில்லை. அவள் வாயிலிருந்து அவரது உதடுகள் விடுபட்டு அவளுடைய புருவங்களையும் இமைகளையும் வருடியது. தலையை லேசாக அசைத்தாள். அவள் நெற்றி அவரது கண்களுக்கு எதிராக வந்தது. அவரது கண்கள் மூடிக்கொண்டன. மேலும், அவற்றை இன்னும் இறுக்கமாக மூடினார்.

மூடிய கண்களுக்குப் பின்னால் முடிவில்லாத கற்பனைகள் எழுந்து மறைந்தன. தற்போது அவை ஒரு குறிப்பிட்ட வடிவத்தை எடுக்க ஆரம்பித்தன. பல தங்க அம்புகள் அருகில் பறந்து சென்றன. அவற்றின் நுனியில் ஆழமான ஊதா நிறப் பதுமராகம் பூ இருந்தது. அவற்றின் வால்களில் பல்வேறு வண்ணங்களில் மல்லிகைப் பூக்கள் இருந்தன. இவ்வளவு வேகத்தில் பூக்கள் உதிராதது விசித்திரமாகத் தோன்றியது. எகுச்சி கண்களைத் திறந்தார். அவர் மயங்க ஆரம்பித்திருந்தார்.

அவர் இன்னும் தூக்க மாத்திரை சாப்பிடவில்லை. அவர்கள் அருகில் இருந்த கைக்கடிகாரத்தைப் பார்த்தார். மணி பன்னிரண்டு முப்பது. அவற்றைக் கையில் எடுத்தார். ஆனால், முதுமையின் இருளும் தனிமையும் எதுவும் உணராத நிலையில், இன்றிரவு தூங்கப் போவது பரிதாபமாகத் தோன்றியது. இளம்பெண் நிம்மதியாக மூச்சு விட்டாள். அவளை என்ன செய்தாலும் அல்லது ஊசி போட்டாலும் அவளுக்கு வலி ஏற்படப்போவதில்லை என்று தோன்றியது. ஒருவேளை அது ஒரு பெரிய அளவிலான தூக்க மருந்தாக

இருக்கலாம். ஒருவேளை அது லேசான விஷமாகவும் இருக்கலாம். ஒருமுறையாவது இவ்வளவு ஆழ்ந்த உறக்கத்தில் மூழ்கிவிட வேண்டும் என்று எகுச்சி நினைத்தார். அமைதியாக படுக்கையிலிருந்து எழுந்து பக்கத்து அறைக்குச் சென்றார். அந்தப் பெண்ணுக்குக் கொடுக்கப்பட்ட மருந்தை அந்தப் பெண்ணிடம் கேட்க நினைத்து, பொத்தானை அழுத்தினார். உள்ளேயும் வெளியேயும் குளிரைத் தெரிவிக்கும் மணி ஒலித்தது. இரவின் ஆழத்தில் உள்ள ரகசிய வீட்டில், அதிக நேரம் ஒலிக்க அவர் தயங்கினார். இப்பகுதி சூடாக இருந்தது. வாடிய இலைகள் இன்னும் கிளைகளில் ஒட்டிக்கொண்டிருந்தன. ஆனால், காற்றே இல்லாத அளவுக்கு மந்தமான காற்றில், தோட்டத்தில் இலைகள் உதிர்ந்து சலசலக்கும் சத்தம் கேட்டது.

பாறைக்கு எதிரான அலைகள் மென்மையாக இருந்தன. தனிமையான அமைதியில் அந்த இடம் பேய் வீடு போல் காட்சியளித்தது. அவர் நடுங்கினார். பருத்தி கிமோனோவை அவிழ்த்துவிட்டு அவர் வெளியே வந்திருந்தார்.

மீண்டும் ரகசிய அறையில், இளம்பெண்ணின் கன்னங்கள் சிவந்தன. மின்சாரப் போர்வையில் வெப்பம் குறைவாக மாறியது. ஆனால், அவள் இளமையாக இருந்தாள். அவர் அவளுக்கு எதிராகத் தன்னைச் சூடேற்றிக்கொண்டார். அவள் முதுகு வெப்பத்தில் வளைந்திருந்தது. அவள் பாதங்கள் வெளிப்பட்டன.

"உனக்கு சளி பிடிக்கும்" என்றார் எகுச்சி. அவர்களின் வயதில் பெரிய வித்தியாசத்தை உணர்ந்தார். இளம்பெண்ணை நெருக்கமாக அணைத்துக்கொண்டால் நன்றாக இருந்திருக்கும்.

"நேற்றிரவு நான் மணி ஒலித்ததை நீங்கள் கேட்டீர்களா?" வீட்டுப் பெண் காலை உணவு பரிமாறும்போது அவர் கேட்டார். "நீங்கள் அவளுக்குக் கொடுத்த மருந்து எனக்கு வேண்டும். நானும் அவளைப் போலத் தூங்க விரும்புகிறேன்."

உறங்கும் அழகிகளின் இல்லம் | 91

"அது அனுமதிக்கப்பட்டதில்லை. வயதானவர்களுக்கு இது ஆபத்தானது."

"நீங்கள் கவலைப்பட வேண்டாம். எனக்கு வலிமையான இதயம் உள்ளது. நான் இறந்தால் எனக்கு எந்த வருத்தமும் இல்லை."

"மூன்றுமுறை மட்டுமே இங்கு வந்துவிட்டு நீங்கள் நிறைய விஷயங்களைப் பற்றிக் கேட்கிறீர்கள்."

"இந்த வீட்டில் நீங்கள் அதிகம் பெறக்கூடியது என்ன?"

அவள் அவரைத் திரும்பிப் பார்த்தாள், அவள் உதடுகளில் மெல்லிய புன்னகை பூத்தது.

4

சாம்பல் நிறக் குளிர்காலக் காலை, தூறல் கொண்ட குளிர்கால மாலைப்பொழுது போல இருந்தது. ‘உறங்கும் அழகிகள் இல்லத்தின்’ வாயிலின் அருகே, பனித் துளிகள் தூறலாகப் பொழிவதை கவனித்தார் எகுச்சி. வழக்கமாக வரும் பெண் அவர் பின்னால் கேட்டை மூடிப் பூட்டினாள். அவர் காலடிக்கு அருகில் பாய்ந்த வெளிச்சத்தில் வெள்ளைப் புள்ளிகளைக் கண்டார். அவைகளில் சிதறல் மட்டுமே இருந்தது. அவை மென்மையாக இருந்தன. மேலும், அவை கொடிக்கற்கள் மீது பட்டு உருகின.

“கவனமாக இருங்கள்” என்றாள் அந்தப் பெண். “கற்கள் ஈரமாக உள்ளன.” அவருக்குக் குடையைப் பிடித்துக் கொண்டு அவர் கையைப் பிடிக்க முயன்றாள். அவருடைய கைகள் வழியாக வருகின்ற வெப்பத்தை கையிலிருந்த கையுறை தடுத்தது.

“பரவாயில்லை.” அவர் அவளிடம். “எனக்கு இன்னும் வயதாகவில்லை, என் கையைப் பிடித்துக்கூட்டிச் செல்வதற்கு” என்றார்.

“அவைகள் வழுக்கும்.” உதிர்ந்த மேப்பிள் இலைகள் சுத்தம் செய்யப்படவில்லை. சில இலைகள் வாடிப் பழுத்திருந்தன. ஆனாலும், அவை மழையில் ஒளிர்ந்தன.

"அரைகுறையாக முடங்கிக் கிடக்கிறவர்கள் உங்களிடம் வருவார்களா? நீங்கள் அவர்களை வழிநடத்த அவர்களைப் பிடித்துக்கொள்ள வேண்டுமா?"

"மற்றவர்களைப் பற்றி நீங்கள் கேட்க வேண்டாம்."

"ஆனால், குளிர்காலம் அவர்களுக்கு ஆபத்தானதாக இருக்கக்கூடும். அவர்களில் ஒருவருக்குப் பக்கவாதம் அல்லது மாரடைப்பு ஏற்பட்டால் நீங்கள் என்ன செய்வீர்கள்?"

"அதுவே அனைத்து விஷயங்களின் முடிவாக இருக்கும்," அவள் அமைதியாகச் சொன்னாள். "நிச்சயமாக இது மனிதனுக்குச் சொர்க்கமாக இருக்கலாம்."

"நீங்கள் அடிபடாமல் வரமாட்டீர்கள்."

"இல்லை." அப்படிப்பட்ட அமைதிக்குக் காரணம் என்று அந்தப் பெண்ணின் கடந்த காலத்தில் என்ன இருந்தாலும், அவளது வெளிப்பாட்டில் எந்த மாற்றமும் இல்லை.

மேப்பிள் இலைகள் கிராமத்தைப் பனி காட்சியாக மாற்றியிருப்பதைத் தவிர, மாடி அறை வழக்கம் போலவே இருந்தது. இதுவும் சந்தேகத்திற்கு இடமின்றி ஓர் இனப்பெருக்கம்தான்.

வழக்கமான நல்ல தேநீர் தயாரித்துக்கொண்டே "நீங்கள் எப்பொழுதும் எனக்குக் குறுகிய அறிவிப்பே கொடுக்கிறீர்கள்" என்றாள். "மற்ற மூன்றில் எதுவுமே உங்களுக்குப் பிடிக்கவில்லையா?"

"எனக்கு அவர்கள் மூவரையுமே மிகவும் பிடித்திருந்தது."

"அப்படியானால் உங்களுக்கு எது வேண்டும் என்பதை இரண்டு அல்லது மூன்று நாட்களுக்கு முன்னரே எனக்குத் தெரிவிக்க வேண்டும். நீங்கள் மிகவும் கட்டுப்பாடற்றவர்."

"உறங்கும் பொண்ணிடம்கூட கட்டுப்பாடா? அவளுக்கு ஒன்றும் தெரியாது. அது யாராக இருந்தாலும் இருக்கலாம்."

"அவள் தூங்கிக் கொண்டிருக்கலாம். ஆனால், அவள் இன்னும் ரத்தமும் சதையுமானவள்."

"அவர்களுடன் எப்படிப்பட்ட முதியவர் இருந்தார் என்று அவர்கள் எப்போதாவது கேட்டிருக்கிறார்களா?"

"அவை முற்றிலும் தடைசெய்யப்பட்டவை. அது இந்த வீட்டின் கடுமையான விதி. நீங்கள் கவலைப்படத் தேவையில்லை."

"உங்கள் பெண்களில் ஒருவரைப் பிடிக்கும் என்று சொன்ன ஓர் ஆணுக்கு அது வேண்டாம் என்று நீங்கள் பரிந்துரைத்தீர்கள் என்று நான் நம்புகிறேன். உங்களுக்கு நினைவிருக்கிறதா? நாம் விபச்சாரத்தைப் பற்றிப் பேசினோம். இன்றிரவு நான் உங்களிடம் சொன்னதை அன்று நீங்கள் என்னிடம் சொன்னீர்கள். நாங்கள் இடங்களை மாற்றிவிட்டோம். மிகவும் விசித்திரமாகவுள்ளது. உங்களுக்குள் இருக்கும் பெண்கள் வெளிப்படத் தொடங்குகிறார்களா?"

அவளது மெல்லிய உதடுகளின் ஓரங்களில் ஒரு கிண்டலான புன்னகை தோன்றியது. "பல வருடங்களாக நீங்கள் பல பெண்களை அழவைத்திருக்கிறீர்கள் என்று எனக்குத் தோன்றுகிறது."

"என்ன நினைப்பு இது!" எகுச்சியின் சமநிலை குலைந்தது.

"நீங்கள் அதிக எதிர்ப்பைத் தெரிவிக்கிறீர்கள் என்று நினைக்கிறேன்."

"நான் அப்படிப்பட்ட மனிதனாக இருந்திருந்தால் நான் இங்கு வந்திருக்கவே மாட்டேன். இங்கு வரும் முதியவர்களிடம் இன்னும் பற்றுதல் உள்ளது. ஆனால், போராடுவதும் புலம்புவதும் எதையும் திரும்பக் கொண்டுவராது."

"எனக்கு ஆச்சரியமாக இருக்கிறது." அவளுடைய வெளிப்பாட்டில் எந்த மாற்றமும் இல்லை.

"நான் கடந்த முறை உங்களிடம் கேட்டேன். அவர்கள் பெறக்கூடிய மோசமான விஷயம் என்ன?"

"பெண்ணைத் தூங்க வைப்பது, என நான் நினைக்கிறேன்."

"அதே மருந்தை நான் சாப்பிடலாமா?"

"கடந்த முறையே நான் உங்களிடம் மறுக்க வேண்டியிருந்தது என்று நான் நம்புகிறேன்."

"ஒரு முதியவர் செய்யக்கூடிய மோசமான விஷயம் என்ன?"

"இந்த வீட்டில் கெட்ட விஷயங்கள் எதுவும் இல்லை." அவள் தன் இளமையானக் குரலைத் தாழ்த்திக் கொண்டாள். அது ஒரு புதிய சக்தியுடன் அவர் மீது திணிக்கப்பட்டது.

"கெட்ட விஷயங்களா??"

அந்தப் பெண்ணின் இருண்ட கண்கள் அமைதியாக இருந்தன. "நிச்சயமாக, நீங்கள் ஒரு பெண்ணை கழுத்தை நெரிக்க முயன்றால், அது ஒரு குழந்தையின் கையை நசுக்குவது போல் இருக்கும்."

அந்தக் கருத்து அருவருப்பாக இருந்தது. "அப்போது அவள் எழுந்திருக்க மாட்டாளா?"

"இல்லை என்று நினைக்கிறேன்."

"நீங்கள் தற்கொலை செய்து கொள்ள விரும்பினால், உங்களுடன் யாரையாவது அழைத்துச் செல்ல வேண்டும்."

"நீங்கள் தனிமையை உணர்ந்தால் தயவுசெய்து தாங்கள் தனியாகச் செய்துகொள்ளுங்கள்."

"மேலும், நீங்கள் தற்கொலை செய்துகொள்வதற்காகத்தான் ஆழ்ந்த தனிமையில் இருக்கிறீர்களா? வயதானவர்களுக்கு

இதுபோன்ற நேரங்கள் இருப்பதாக நான் நினைக்கிறேன்." எப்பொழுதும் போல் அவள் செய்கை அமைதியாக இருந்தது. "நீங்கள் குடித்திருக்கிறீர்களா? "நீங்கள் சரியாகப் புரிந்து கொள்ளவில்லை."

"என்னிடம் மதுவைவிட மோசமான ஒன்று இருந்தது."

அவள் அவரை ஒரு பார்வைப் பார்த்தாள். "இன்றிரவு மிகவும் சூடாக இல்லை," அவரது வார்த்தைகளை இலகுவாக்க அப்படிச் சொன்னாள். இது போன்ற ஒரு குளிர் இரவுக்குச் சரியானது. அவளுடன் உங்களைச் சூடேற்றிக்கொள்ளுங்கள்.

அவள் மாடிப்படிகளில் இறங்கினாள்.

எகுச்சி ரகசிய அறையின் கதவைத் திறந்தார். வழக்கத்தை விட அந்தப் பெண்ணின் வாசனை இனிமையாகவும் வலுவாகவும் இருந்தது. அந்தப் பெண் அவரின் முதுகில் சாய்ந்தாள். அவள் குறட்டை விடவில்லை என்றாலும், அவள் வேகமாக மூச்சு விட்டாள். அவள் பெரிய பெண்ணாகத் தெரிந்தாள். கிரிம்சன் வெல்வெட் திரைச்சீலைகளின் வெளிச்சத்தில் அவரால் உறுதியாக யூகிக்க முடியவில்லை. ஆனால், அவளது செழுமையான கூந்தல் சிவப்பு நிறத்தில் இருந்திருக்கலாம். வட்டக் கழுத்தில் முழுக் காதுகளிலிருந்த தோல் அசாதாரணமான வெண்மையாக இருந்தது. அந்தப் பெண் சொன்னது போல் அவள் மிகவும் சூடாக இருந்தாள். அவள் இன்னும் சிவக்கவில்லை.

"ஆ!" அவர் அவள் பின்னால் அழுத்தியது போல் தன்னிச்சையாக அலறினார். அவள் உண்மையில் சூடாக இருந்தாள். அவளின் தோல் மிக மிருதுவாக இருந்ததால் அவரோடு ஒட்டிக்கொண்டது போல் இருந்தது. அதன் ஈரத்திலிருந்து வாசனை வந்தது. கண்களை மூடிக்கொண்டு சிறிதுநேரம் அப்படியே கிடந்தார். அந்தப் பெண்ணும் அப்படியே கிடந்தாள். இடுப்பிலும் கீழேயும் சதை வளமாக இருந்தது. அவரைச் சூழ்ந்ததைவிட வெப்பம் குறைவாக

உறங்கும் அழகிகளின் இல்லம் | 97

அவருக்குள் மூழ்கியது. அவளுடைய மார்பு நிரம்பியிருந்தது. ஆனால், மார்பகங்கள் தாழ்வாகவும் அகலமாகவும் தெரிந்தன. மேலும், முலைக்காம்புகள் மிகவும் சிறியதாக இருந்தன. அந்தப் பெண் கழுத்தை நெரிப்பது பற்றிப் பேசியிருந்தார். அவருக்கு இப்போது நினைவுக்கு வந்த அந்தப் பெண்ணின் தோலை நினைத்து நடுங்கினார். அவர் அவளது கழுத்தை நெரித்தால், அவள் என்ன வகையான வாசனையை வெளிப்படுத்துவாள்? பகலில் அந்தப் பெண்ணின் பிம்பத்தைக் கட்டாயப்படுத்திக் கற்பனை செய்து கொண்டார். மேலும், சலனத்தை அடக்க, அவர் அவளுக்கு ஒரு மோசமான நடை இருப்பதுபோல் நினைத்துக்கொண்டார். உற்சாகம் மறைந்தது. ஆனால், நடந்து செல்லும் பெண்ணில் என்ன அருவருப்பு இருக்கிறது? நல்ல வடிவான கால்கள் என்றால் என்ன? அறுபத்தேழு வயது முதியவருக்குப் ஒரே இரவில் தன்னுடன் இருந்த இளம்பெண்ணின், புத்திசாலித்தனம், கலாசாரம், காட்டுமிராண்டித்தனம் பற்றியெல்லாம் என்ன தெரியும்? அவர் அவளைத் தொட்டுக்கொண்டே இருந்தார். மேலும், தூங்கிக்கொண்டே, ஓர் அசிங்கமான வயதானவர் அவளைத் தொடுகிறார் என்பது அவளுக்கு எதுவும் தெரியாது. நாளையும் அவளுக்குத் தெரியாது. அவள் ஒரு பொம்மையா, தியாகியா? முதியவர் எகுச்சி இந்த வீட்டிற்கு நான்குமுறை மட்டுமே வந்திருந்தார். ஆனால், ஒவ்வொரு புதிய வருகையின் போதும் அவருக்குள் ஒரு புதிய உணர்வின்மை இருந்தது என்ற நினைப்பு குறிப்பாக இன்றிரவு வலுவாக இருந்தது.

இந்தப் பெண்ணும் நன்கு பயிற்சி பெற்றவளா? தனக்கு விருந்தினராக வந்த சோகமான முதியவர்களைப் பற்றி அவள் எதுவும் நினைக்காததால், அவள் எகுச்சியின் தொடுதலுக்குப் பதிலளிக்கவில்லை. எந்த வகையான மனிதாபிமானமற்ற ஆளாக இருந்தாலும், நடைமுறையில் பயிற்சி கொடுக்கப்பட்டால், மனிதனாக மாறலாம். அனைத்து வகையான மீறல்களும் உலகின் இருளில்

புதைக்கப்பட்டுள்ளன. ஆனால், வீட்டிற்கு அடிக்கடி வரும் மற்ற முதியவர்களிடமிருந்து எகுச்சி கொஞ்சம் வித்தியாசமாக இருந்தார். உண்மையில் அவர் மிகவும் வித்தியாசமானவர். அவரை அறிமுகப்படுத்திய முதியவர் கிகா, எகுச்சியை மற்றவர்களைப் போலவே நினைத்தது தவறு. எகுச்சி ஒரு மனிதனாக இருப்பதை நிறுத்தவில்லை. அதனால், அவர் மற்றவர்களைப் போல துக்கம் மற்றும் மகிழ்ச்சி, வருத்தம் மற்றும் தனிமையை உணரவில்லை என்று சொல்லலாம். அந்தப் பெண் தூங்குவது அவருக்கு அவசியமாகத் தெரியவில்லை.

அவரது இரண்டாவது வருகையின்போது அந்தச் சூனியக்காரப் பெண்ணுடன் இருந்தார். அவர் வீட்டின் விதியை மீறி நெருங்கி வந்தபோது, அவள் கன்னியாக இருப்பதைக் கண்டு திகைத்துப் பின்வாங்கினார். அப்போது அவர் விதியைக் கடைப்பிடிப்பதாகவும், தூங்கும் அழகிகளை நிம்மதியாக விட்டுவிடுவதாகவும் சபதம் செய்திருந்தார். முதியோர்களின் ரகசியத்தை மதிப்பதாக அவர் சபதம் செய்திருந்தார். அந்த விடுதியில் இருக்கும் பெண்களெல்லாம் கன்னிப்பெண்கள் என்று தோன்றியது. மேலும், அது என்ன வகையான தனிமைக்குச் சான்றளித்தது? முதியோர்களின் விருப்பமா, துக்கத்தை அணுகிய ஆசையா? எகுச்சி அவர் புரிந்துகொண்டதாக நினைத்தார், அவரும் அதை முட்டாள்தனமாகவே நினைத்திருந்தார்.

ஆனால், அவருக்கு இன்றிரவின் மீது சந்தேகம் ஏற்பட்டது. அவள் கன்னி என்று நம்புவது அவருக்குக் கடினமாக இருந்தது. அவர் மார்பை அவள் தோளுக்கு அருகில் உயர்த்தி அவள் முகத்தைப் பார்த்தார். அவளது உடல் அமைப்புக்கு நன்றாகப் பொருந்தவில்லை. ஆனால், அவர் எதிர்பார்த்ததைவிட அது அப்பாவியாக இருந்தது. மூக்கின் துவாரங்கள் சற்றே விரிந்து, மூக்கின் பாலம் தாழ்வாக இருந்தது. கன்னங்கள் அகலமாகவும் வட்டமாகவும் இருந்தன.

உறங்கும் அழகிகளின் இல்லம் | 99

முனை மழுங்கிய சிகரம்போல நெற்றி தாழ்ந்திருந்தது. குறுகிய புருவங்கள் வழக்கமாகவும் மேலும் கனமாகவும் இருந்தன.

"மிகவும் அழகானவள்," வயதான எகுச்சி முணுமுணுத்து, அவளது கன்னத்தோடு தனது கன்னத்தை அழுத்தினார். அதுவும் மிருதுவாகவும் ஈரப்பதமாகவும் இருந்தது. ஒருவேளை அவரது எடை அவளது தோள்களுக்கு எதிராக அதிகமாக இருந்திருந்ததால், அவள் முகத்தைத் திருப்பிக் கொண்டாள். எகுச்சி விலகிக்கொண்டார்.

பெண்ணின் வாசனை வழக்கத்திற்கு மாறாக வலுவாக இருந்ததால் அவர் கண்களை மூடிக்கொண்டு சிறிதுநேரம் படுத்திருந்தார். நினைவுகளை விரைவாக அழைப்பது வாசனை உணர்வு என்று கூறப்படுகிறது. ஆனால், இது மிகவும் அடர்த்தியான மற்றும் இனிமையான வாசனையாக இல்லையா? எகுச்சி ஒரு குழந்தையின் பால் வாசனையை நினைத்தார். இரண்டும் முற்றிலும் வேறுபட்டிருந்தாலும், அவை மனிதக்குலத்திற்கு அடிப்படையானவை அல்லவா? பழங்காலத்திலிருந்தே முதியவர்கள் பெண்கள் தரும் வாசனையை இளமையின் அமுதமாகப் பயன்படுத்த முயன்றனர். இன்றிரவு இந்த இளம்பெண்ணின் வாசனையை மணம் என்று அழைக்க முடியாது. அவர் வீட்டின் விதியை மீறினால், அது ஆட்சேபணைக்குரிய கூர்மையான மற்றும் சரீர வாசனையாக மாறிவிடும். ஆனால், அது அவருக்கு ஆட்சேபனைக்குரியதாகத் தெரிந்தது என்பது எகுச்சி ஏற்கெனவே முதுமை அடைந்திருப்பதற்கான அறிகுறியா? இந்த வகையான அழுத்தமான, கூர்மையான வாசனை மனித வாழ்க்கையின் அடிப்படை அல்லவா? எளிதில் கர்ப்பம் தரிக்கக்கூடிய பெண்ணாகத் தெரிந்தாள். அவள் தூங்கிவிட்டாலும், அவளது உடலியல் செயல்முறைகள் நிற்கவில்லை, அடுத்தநாளின் போக்கில் அவள் விழித்துக் கொள்வாள். அவள் கர்ப்பமானால்கூட, அது அவளுக்குத் தெரியாமலேயே இருக்கும். இப்போது அறுபத்தேழு வயதாகும் எகுச்சி அத்தகைய குழந்தையை விட்டுச் செல்வார் என்று

வைத்துக்கொள்வோம். பெண்ணின் உடல்தான் மனிதனை நரகத்தின் அடிமட்டத்திற்கு அழைத்துச் செல்கிறது.

அவளுடைய வயதான விருந்தினருக்காக, சோகமான முதியவருக்காக அவள் எல்லாப் பாதுகாப்புகளிலிருந்தும் அகற்றப்பட்டாள். அவள் நிர்வாணமாக இருந்தாள். அவள் எழுந்திருக்கவில்லை. எகுச்சிக்கு அவள் மீது பரிதாப அலை வீசியது. அவருக்கு ஓர் எண்ணம் வந்தது. வயதானவர்களுக்கு மரணம் உண்டு, இளைஞர்களுக்கு அன்பு உண்டு, மரணம் ஒருமுறை வருகிறது. காதல் மீண்டும் மீண்டும் வருகிறது. அந்த எண்ணம் அவர் தயாராக இல்லை என்பதைக் குறிக்கிறது. ஆனால், அது அவரை அமைதிப்படுத்தியது. அவர் குறிப்பாக எதையும் மிகைப்படுத்தவில்லை. வெளியிலிருந்து மெல்லிய சலசலப்பு வந்தது. கடலின் சத்தம் மங்கிவிட்டது. முதியவர் எகுச்சியால் பெரிய, இருண்ட கடலைப் பார்க்க முடிந்தது. அதில் பனிப்பொழிவு விழுந்து உருகியது. ஒரு பெரிய கழுகு போன்ற ஒரு காட்டுப் பறவை அலைகளில் சறுக்கிப் பறந்தது, அதன் வாயில் ரத்தம் சொட்டுகிறது. அது ஒரு மனிதக் குழந்தையா? அப்படி இருக்க முடியாது. ஒருவேளை அது மனித அக்கிரமத்தின் பேயாக இருக்கலாம். அவர் தலையணையில் மெதுவாகத் தலையை அசைத்தார் பிறகு அந்தப் பேய் மறைந்துவிட்டது.

"சூடாக இருக்கிறது, சூடாக இருக்கிறது," எகுச்சி அலறினார்.

அது மின்சாரப் போர்வை மட்டுமல்ல. அவள் மெத்தையைத் தூக்கி எறிந்தாள், அவளது மார்பு, செழுமையான மற்றும் அகலமான பிட்டம் பாதி வெளிப்பட்டது. சிகப்பு நிற வெல்வெட்டின் வெளிச்சத்தில் அவளின் சிகப்புத் தோலின் நிறம் லேசாக மங்கியிருந்தது. அந்த அழகிய மார்பை உற்றுப் பார்த்தவாறே, விரலால் அந்த மயிர்க்குச்சிகளை வருடினார். அவள் அமைதியாகவும் மெதுவாகவும் மூச்சு விட்டுக்கொண்டிருந்தாள். சிறிய உதடுகளுக்குப் பின்னால் என்ன வகையான பற்கள் இருக்கும்? கீழ் உதட்டை

அதன் மையத்தில் எடுத்து லேசாகத் திறந்தார். அவளது உதடுகளின் அளவிற்குச் சிறியதாக இல்லாவிட்டாலும், அவளுடைய பற்கள் சிறியதாகவும், தொடர் வரிசையாகவும் இருந்தன. அவர் கையை எடுத்தார். அவள் உதடுகள் திறந்தே இருந்தன. அவள் பற்களின் நுனிகளை அவரால் இன்னும் பார்க்க முடிந்தது. தன் விரல் நுனியில் இருந்த உதட்டுச்சாயத்தைக் கொஞ்சம் காது மடலிலும், மீதியை வட்டக் கழுத்திலும் தேய்த்தார். அரிதாகவே காணக்கூடிய சிவப்பு நிறக் கறை குறிப்பிடத்தக்க வெள்ளைத் தோலுக்கு எதிராக இனிமையானதாக இருந்தது.

ஆம், அவள் கன்னியாக இருப்பாள். தனது இரண்டாவது இரவில் அந்தப் பெண்ணின் மீது சந்தேகம் எழுந்தது. மேலும், அவரது சொந்த அடிப்படைத் தன்மையைக் கண்டு திடுக்கிட்டுப் போனதால், அவரை விசாரிக்கத் தூண்டவில்லை. அவருக்குள் என்ன இருந்தது? பின்னர் அது உண்மையில் தனக்கு ஏதோ என்று அவர் நினைக்கத் தொடங்கியபோது, அவருக்கு ஏளனமான குரல் கேட்கத் தோன்றியது.

"அங்கே ஏதோ பிசாசு என்னைப் பார்த்துச் சிரிக்க முயல்கிறதா?"

"எதுவும் எளிமையானதில்லை, நான் பயப்படுகிறேன், நீங்கள் உங்கள் சொந்த உணர்வு மற்றும் இறக்க முடியாத உங்கள் அதிருப்தியை அதிகமாக உருவாக்குகிறீர்கள்."

"என்னை விடச் சோகமாக இருக்கும் வயதானவர்களுக்காக நான் சிந்திக்க முயல்கிறேன்."

"அயோக்கியன். பிறர் மீது பழியைப் போடும் ஒருவன் நல்லவன் என்ற தரவரிசைக்குத் தகுதியானவன் அல்ல. அவன் ஓர் அயோக்கியன்.

"அயோக்கியனா? மிகவும் நல்லது, ஓர் அயோக்கியன். ஆனால், ஒரு கன்னிப் பெண் ஏன் தூய்மையானவள்,

மற்றொரு பெண் ஏன் தூய்மையானவள் அல்ல? நான் கன்னிப்பெண்களைக் கேட்கவில்லை."

"உங்களுக்கு உண்மையான முதுமை என்றால் என்னவென்று தெரியாததால்தான். இனி இந்த இடத்துக்கு வராதீர்கள். லட்சத்தில் ஒரு வாய்ப்பாக, கோடியில் ஒரு வாய்ப்பாக, ஒரு பெண் தன் கண்களைத் திறந்தால், அந்த அவமானத்தை நீங்கள் குறைத்து மதிப்பிடுகிறீர்கள் அல்லவா?"

எகுச்சியின் மனதில் ஏதோ சுய விசாரணை போல ஒன்று கடந்து சென்றது. ஆனால், இந்த வீட்டில் கன்னிப்பெண்கள் மட்டுமே உறங்க வைக்கப்பட்டனர் என்பதை உறுதிப்படுத்தவில்லை. நான்குமுறை மட்டுமே சென்று பார்த்த அவர், நான்கு பெண்களும் கன்னிப்பெண்களாக இருந்திருக்க வேண்டுமே என்ற குழப்பம் ஏற்பட்டது. அவர்கள் அப்படி இருக்க வேண்டும் என்பது முதியவர்களின் கோரிக்கையா நம்பிக்கையா?

அந்தப் பெண் விழித்துவிட்டால், அந்த எண்ணம் அவருக்கு வலுவாக ஆரம்பித்தது. ஒரு மயக்கத்தில் கூட அவள் கண்களைத் திறந்தால், அதன் அதிர்ச்சி எவ்வளவு தீவிரமானதாக இருக்கும், அது எப்படி இருக்கும்? உதாரணமாக, அவர் அவள் கையை ஏறக்குறைய துண்டித்துவிட்டாலோ அல்லது அவளது மார்பு அல்லது வயிற்றில் குத்தினாலோ அவளது தூக்கம் கலைந்துவிடும்.

"நீ மோசமானவனாகிவிட்டாய்" என்று தனக்குள் முணுமுணுத்துக் கொண்டார்.

மற்ற முதியவர்களின் ஆண்மையின்மை எகுச்சிக்கு வெகு தொலைவில் இல்லை. கொடுமையான எண்ணங்கள் அவருக்குள் எழுந்தன. இந்த வீட்டை அழித்து, அவருடைய சொந்த வாழ்க்கையையும் அழித்துவிட எண்ணினார். ஏனென்றால், இன்றிரவு அந்தப் பெண் வழக்கமான அழகி என்று அழைக்கப்படக்கூடியவள் அல்ல. ஏனென்றால், அவர்

பரந்த மார்புடன் கூடிய ஓர் அழகான பெண்ணைத் தனக்கு நெருக்கமாக உணர்ந்தார். ஏதோ ஒரு வருத்தம் தன்னை ஆட்கொள்வதை அவர் உணர்ந்தார். தன்னுடைய வாழ்க்கை ஒரு முடிவுக்கு வரப்போகிறது என்றும் வருத்தப்பட்டார். காமெலியாவில் இருக்கும் தன்னுடைய இளைய மகளைப் பார்க்கச் செல்ல அவருக்குத் தைரியம் இல்லை. மீண்டும் கண்களை மூடினார்.

இரண்டு பட்டாம்பூச்சிகள் தோட்டத்தின் படிக்கட்டுகளின் அருகிலிருந்த சிறிய புதர்களில் விளையாடிக் கொண்டிருந்தன. அவைகள் புதரில் மறைந்தன. அவைகள் புதரில் உரசிக் கொண்டன. அவைகள் மகிழ்ச்சியாக இருப்பது போல் தோன்றியது. அவை சற்று உயரமாகப் பறந்து லேசாக உள்ளேயும் வெளியேயும் நடனமாடின. இலைகளிலிருந்து மற்றொரு பட்டாம்பூச்சி தோன்றியது. மற்றொன்று. இரண்டும் ஜோடிகள் என்று அவர் நினைத்தார், பின்னர் ஐந்து பட்டாம்பூச்சிகள் இருந்தன. அனைத்தும் ஒன்றாகச் சுழன்றன. அவை சண்டை போடுகின்றனவா? ஆனால், புதரிலிருந்து பட்டாம்பூச்சிகள் ஒன்றன் பின் ஒன்றாகத் தோன்றின. தோட்டத்தின் தரைக்கு அருகில் வெள்ளை பட்டாம்ப்பூச்சிகளின் கூட்டமாக நடனமாடியது. ஒரு மேப்பிள் கிளையின் கீழே காற்றில் துடைப்பது போல அசைந்தன. மரக்கிளைகள் மென்மையாகவும், இலைகள் பெரியதாகவும் இருப்பதால், காற்றின் உணர்திறன் உடையதாக இருந்தது. பட்டாம்ப்பூச்சிகளின் கூட்டம், வெள்ளைப் பூக்கள் நிறைந்த வயல் போல அதிகரித்திருந்தன. இங்குள்ள மேப்பிள் இலைகள் மிகவும் உதிர்ந்திருந்தன. ஒரு சில சுருங்கிய இலைகள் இன்னும் கிளைகளில் ஒட்டிக்கொண்டிருக்கலாம். ஆனால், இன்றிரவு அவை உதிர்ந்துவிடலாம்.

எகுச்சி பனிப்பொழிவின் குளிரை மறந்திருந்தார். அந்த நடனம் ஆடும் வெள்ளைப் பட்டாம்பூச்சிக் கூட்டம், இந்தப் பெண்ணின் நிறைவான வெண்ணிறத்தால் கொண்டு

வரப்பட்டதா? ஒரு வயதான மனிதனின் மோசமான தூண்டுதல்களை அமைதிப்படுத்த இந்தப் பெண்ணிடம் ஏதாவது இருந்ததா? கண்களைத் திறந்தார். சிறிய இளஞ்சிவப்பு முலைக்காம்புகளைப் பார்த்தார். அவைகள் நன்மையின் சின்னம் போல இருந்தன. அதன்மீது தன் கன்னத்தை வைத்தார். அவர் இமைகளின் பின்பகுதி சூடாக இருந்தது. அவர் அந்தப் பெண்ணின் மீது தனது அடையாளத்தைப் பதிக்க விரும்பினார். அவர் வீட்டின் விதியை மீறினால், அவள் எழுந்ததும் திகைப்பாள். அவர் அவளுடைய மார்பகங்களில் ரத்தத்தின் நிறத்தின் பல அடையாளங்களை விட்டுச் சென்றார். அவர் நடுங்கினார்.

"உனக்குக் குளிராக இருக்கும்." போர்வையை மேலே இழுத்தார். இரண்டு மாத்திரைகளையும் தலையணையிலிருந்து எடுத்துப் போட்டுக்கொண்டார். "கீழ் பகுதிகளில் சற்று கனமாக இருக்கிறது." கீழே இறங்கி அவளைத் தன் பக்கம் இழுத்துக் கொண்டார்.

மறுநாள் காலையில் அந்த வீட்டுப் பெண்ணால் இரண்டு முறை எழுப்பப்பட்டார். முதல் முறையாக அவள் கதவைத் தட்டினாள்.

"ஐயா, மணி ஒன்பது ஆகிறது."

"நான் எழுந்திருக்கிறேன், வெளியே குளிர்ச்சியாக இருப்பதாக நினைக்கிறேன்."

"நான் சீக்கிரம் அடுப்பைப் பற்ற வைக்கிறேன்."

"மழை எப்படி?"

"மேகமூட்டமாக இருக்கிறது. ஆனால், பனிப்பொழிவு நின்றுவிட்டது."

"ஓ?"

"சிறிதுநேரத்தில் நான் உங்களுக்குக் காலை உணவைத் தயார் செய்துவிடுகிறேன்."

"அப்படியா." இந்த அலட்சியப் பதிலுடன், மீண்டும் கண்களை மூடிக்கொண்டார்.

"உனக்காக ஒரு பிசாசு வரும்," என்று அவர் கூறினார். அவரே அழைத்து வந்தார். அவர் இளம்பெண்ணின் தோளுக்கு எதிராகத் தன்னைக் கொண்டு வந்தார்.

அடுத்த பத்து நிமிடத்தில் அந்தப் பெண் மீண்டும் வந்தாள்.

"ஐயா!" இந்தமுறை அவள் கடுமையாகக் கதவைத் தட்டினாள். "நீங்கள் மீண்டும் படுக்கையில் இருக்கிறீர்களா?" அவள் குரலும் கூர்மையாக இருந்தது.

"கதவு பூட்டப்படவில்லை" என்று அவர் கூறினார். அந்தப் பெண் உள்ளே வந்தாள். மந்தமாக எழுந்தார். அவள் அவருடைய ஆடைகள் உடுத்த உதவினாள். அவள் அவரது காலுறைகளைக்கூட அணிவித்தாள். ஆனால், அவளுடைய தொடுதல் விரும்பத்தக்கதாக இல்லை. அடுத்த அறையில் தேநீர் எப்போதும் போல் தயாராக இருந்தது. அவர் அதைப் பருகும்போது, அவள் தன்னுடைய குளிர்ந்த, சந்தேகக் கண்களை அவர்மீது திருப்பினாள்.

"அவள் எப்படி இருந்தாள்? உங்களுக்கு அவளைப் பிடித்திருக்கிறதா?"

"போதுமானதாக இருந்தது, என நினைக்கிறேன்."

"அது நல்லது. உங்களுக்கு இனிமையான கனவுகள் இருந்ததா?"

"கனவுகளா? இல்லவே இல்லை. இப்பொழுதுதான் தூங்கியிருந்தேன். நன்றாகத் தூங்கி நிறைய நாட்கள் ஆகிறது." வெளிப்படையாகக் கொட்டாவி விட்டார். "நான் இன்னும் விழித்திருக்கவில்லை."

"நேற்றிரவு நீங்கள் சோர்வாக இருந்தீர்கள் என்று நினைக்கிறேன்."

"அது அவளுடைய தவறு. அவள் அடிக்கடி இங்கு வருவாளா?"

அந்தப் பெண் கீழே பார்த்தாள், அவளுடைய முகபாவங்கள் கடுமையாக இருந்தன.

"எனக்கு ஒரு சிறப்புக் கோரிக்கை உள்ளது," என்று அவர் கூறினார். அவருடைய நடை தீவிரமானது. "நான் காலை உணவை முடித்ததும், இன்னும் கொஞ்சம் தூக்க மருந்து சாப்பிட அனுமதிப்பீர்களா? நான் கூடுதல் கட்டணம் செலுத்துகிறேன். அந்தப் பெண் எப்போது எழுந்திருப்பாள் என்று எனக்குத் தெரியவில்லை."

"இது கேள்விகளுக்கு அப்பாற்பட்டது." அந்தப் பெண்ணின் முகம் சேறு பூசப்பட்டதைப் போல் மாறியது. அவள் தோள்கள் விறைப்பாக இருந்தன. "நீங்கள் உண்மையில் உங்கள் எல்லையை மீறுகிறீர்கள்"

"எல்லையை மீறுகிறேனா?" அவர் சிரிக்க முயன்றார். ஆனால், சிரிப்பு வர மறுத்தது. ஒருவேளை எகுச்சி அந்தப் பெண்ணை ஏதோ செய்துவிட்டாரோ என்று சந்தேகப்பட்டு, அவசரமாக அடுத்த அறைக்குச் சென்றாள்.

5

புத்தாண்டு பிறந்தது. குளிர்காலத்தின் கடல் ஆக்ரோஷமாக இருந்தது. நிலத்தில் சிறிய அளவிலான காற்று வீசியது.

"இவ்வளவு குளிரான இரவில் நீங்கள் வந்தது நல்லதாகப் போயிற்று." உறங்கிக் கொண்டிருந்த அழகிகளின் வீட்டில், அந்தப் பெண் கதவைத் திறந்தாள்.

"அதனால்தான் வந்தேன்" என்றார் முதியவர் எகுச்சி. "இப்படி ஓர் இரவில் இறப்பது, அதுவும் ஓர் இளம் பெண்ணின் உடல் சூட்டில்.. அதுவே ஒரு முதியவருக்குச் சொர்க்கமாக அமையும்."

"நீங்கள் எவ்வளவு இனிமையான விஷயங்களைச் சொல்கிறீர்கள்."

"மரணத்தின் கதவுக்கு அருகில் முதியவர்கள் வாழ்கிறார்கள்."

வழக்கமான மாடி அறையில் ஓர் அடுப்பு எரிந்து கொண்டிருந்தது. வழக்கம் போல் தேநீர் நன்றாக இருந்தது.

"நான் இங்கு வேறு யாரோ இருப்பதைப் போல உணர்கிறேன்."

"ஓ?" சுற்றும் முற்றும் பார்த்தாள். "எதுவும் அங்கு இல்லையே."

"நம்மிடையே இங்குப் பேய் ஏதாவது இருக்கிறதா?"

அவள் அவரைப் பார்த்தாள். அவள் முகம் வெண்மையாக இருந்தது.

"எனக்கு இன்னொரு கோப்பைத் தேநீர் கொடுங்கள். ஒரு முழுக் கோப்பை. அதைக் குளிர்விக்க வேண்டாம். அதை நெருப்பில் வைத்துவிடுங்கள். நான் எடுத்துக்கொள்கிறேன்"

அவள் கட்டளைப்படி செய்தாள். "நீங்கள் ஏதாவது கேட்டீர்களா?" *என்று அமைதியான குரலில் கேட்டாள்.*

"இருக்கலாம்."

"ஓ? நீங்கள் வரும்போது அதைக் கேட்டீர்களா?" *எகுச்சி கேள்விப்பட்டதை உணர்ந்து, ரகசியத்தை மறைக்க வேண்டாம் என்று அவள் தீர்மானித்திருந்தாள். ஆனால், அவளுடைய முகபாவங்கள் அதற்குத் தடையாக இருந்தன.* "உங்களை இவ்வளவு தூரம் அழைத்து வந்த பிறகு நான் இதைச் சொல்லக்கூடாது. ஆனால், நான் உங்களை வெளியேறச் சொல்லலாமா?"

"நான் கண்களைத் திறந்து கொண்டுதான் வந்தேன்."

அவள் சிரித்தாள். அந்தச் சிரிப்பில் ஏதோ பயங்கரச் சத்தமாகக் கேட்டது.

"இது கண்டிப்பாக நடக்கும். குளிர்காலம் வயதானவர்களுக்கு ஆபத்தான நேரம். ஒருவேளை நீங்கள் குளிர்காலத்தில் வீட்டை மூடிவிடலாம்."

அவள் பதில் சொல்லவில்லை.

"எந்த மாதிரியான வயதானவர்கள் இங்கு வருகிறார்கள் என்று எனக்குத் தெரியவில்லை. ஆனால், மற்றொருவர் இறந்துவிட்டால், இன்னொருவரான நீங்கள் சிக்கலுக்குள் ஆளாகுவீர்கள்."

உறங்கும் அழகிகளின் இல்லம் | 109

"அந்த இடத்தின் சொந்தக்காரரிடம் அதைச் சொல்லுங்கள். நான் என்ன தவறு செய்தேன்?" அவள் முகம் இருளடைந்தது.

"ஓ, ஆனால் நீங்கள் ஏதோ தவறு செய்துவிட்டீர்கள். அது இன்னும் ரகசியமாக இருக்கிறது, அவர்கள் உடலை ஒரு விடுதிக்குக் கொண்டு சென்றனர். நீங்கள் அதற்கு உதவி செய்துள்ளீர்கள் என்று நான் நினைக்கிறேன்."

அவள் முழங்கால்களைப் பற்றிக்கொண்டாள். "அது அவருக்காக. அவருடைய நல்ல பெயருக்காக."

"நல்ல பெயரா? இறந்தவர்களுக்கு நல்ல பெயர்கள் உள்ளதா? ஆனால், நீங்கள் சொல்வது சரிதான். இது முட்டாள்தனம். ஆனால், நான் கற்பனை செய்து பார்க்கிறேன், குடும்பத்தின் நலனுக்காக. இந்த இடத்தின் உரிமையாளருக்கு விடுதியும் இருக்கிறதா?"

அந்தப் பெண் பதில் சொல்லவில்லை.

"அவர் ஒரு நிர்வாணமாக இருக்கும் பெண்ணுடன் இறந்தாலும், அதைச் செய்தித்தாள்கள் அதிகம் சொல்லியிருக்குமா என்பது எனக்குச் சந்தேகமாக உள்ளது. நான் அந்த வயதான மனிதனாக இருந்திருந்தால், நான் இருந்ததைப் போலவே நான் மகிழ்ச்சியாக இருந்திருப்பேன் என்று நினைக்கிறேன்."

"விசாரணைகள் இருந்திருக்கும், இந்த இடமே கொஞ்சம் விசித்திரமானது. உங்களுக்குத் தெரியுமா, மற்ற முதியவர்கள் யாரெல்லாம் இங்கு அடிக்கடி வருவதை வாடிக்கையாகக் கொண்டார்களோ அவர்களே கேள்விகளை எழுப்புவார்கள். பின் அந்தப் பெண்களும்கூட.

"முதியவர் இறந்ததுகூட தெரியாமல் அந்தப் பெண் தூங்குவாள் என்று நான் நினைக்கிறேன். அவர் கொஞ்சம் அசையலாம், ஆனால் அது அவளை எழுப்பப் போதுமானதாக இருக்குமா என்பது எனக்குச் சந்தேகம்தான்."

"ஆனால் நாங்கள் அவரை இங்கே விட்டுச் சென்றிருந்தால், நாங்கள் அந்தப் பெண்ணை வெளியே தூக்கிச் சென்று மறைக்க வேண்டியிருக்கும். அப்போதும் ஒரு பெண் அவருடன் இருந்ததை அவர்கள் அறிந்திருப்பார்கள்."

"நீ அவளை அழைத்துச் செல்வாயா?"

"அது மிகவும் தெளிவான குற்றமாக இருக்கும்."

"ஒரு வயதானவர் இறந்துவிட்டதால் அவள் எழுந்திருப்பாள் என்று நான் நினைக்கவில்லை."

"இல்லை என்றுதான் நினைக்கிறேன்."

"எனவே அவர் இறந்தது கூட அவளுக்குத் தெரியாது." முதியவர் இறந்து எவ்வளவு நேரம் கழித்து, இளம்பெண்ணைத் தூங்க வைத்து, சடலத்தை அப்புறப்படுத்தினரா? உடல் எப்போது கொண்டு செல்லப்பட்டது என்பதுகூட அவளுக்குத் தெரியவில்லை.

"எனது ரத்த அழுத்தம் நன்றாக உள்ளது. என் இதயம் வலுவாக உள்ளது. நீங்கள் கவலைப்பட ஒன்றுமில்லை. ஆனால், அப்படி எனக்கு நேர்ந்தால் என்னை அழைத்துச் செல்ல வேண்டும் என்று நான் உங்களிடம் கேட்க மாட்டேன். என்னை அங்கேயே அவள் அருகில் விட்டு விடுங்கள்."

"இது கொஞ்சம் கேள்விக்கு அப்பாற்பட்டது" என்று அவசரமாகச் சொன்னாள் அந்தப் பெண். "இதுபோன்ற விஷயங்களைச் சொல்ல நீங்கள் வற்புறுத்தினால் வெளியேறும்படி நான் உங்களைக் கேட்க வேண்டிவரும்."

"நான் விளையாட்டுக்குச் சொன்னேன்." திடீரென மரணத்தை நெருங்குவது என்று அவரால் நினைத்துப் பார்க்க முடியவில்லை.

உறங்கும் அழகிகளின் இல்லம் | 111

இறுதி ஊர்வலத்தின் செய்தித்தாள் அறிவிப்பில் "திடீர் மரணம்" என்று குறிப்பிடப்பட்டிருந்தது. முதியவர் கிகாதான் இறுதிச் சடங்கில் எகுச்சியிடம் விவரங்களைக் கிசுகிசுத்தார். மரணத்திற்கான காரணம் இதயச் செயலிழப்பு.

"இது ஒரு நிறுவன இயக்குநருக்கான விடுதி இல்லை," என்று கிகா கூறினார். "அவர் பலமுறை தங்கியிருந்த மற்றொரு அறையில் இருந்தார். அதனால், முதியவர் ஃபுகுரா மகிழ்ச்சியான மரணத்தை அடைந்திருக்க வேண்டும் என்று மக்கள் சொன்னார்கள். நிச்சயமாக அது இல்லை. உண்மையில் என்ன நடந்தது என்பது அவர்களுக்குத் தெரியும்."

"ஓ?"

"ஒரு வகையான கருணைக்கொலை என்று இதை நீங்கள் கூறலாம். ஆனால், அது உண்மை இல்லை. மிகவும் வேதனையானது. நாங்கள் மிகவும் நெருக்கமாக இருந்தோம். நான் உடனடியாக யூகித்து, விசாரணைக்குச் சென்றேன். ஆனால், நான் யாரிடமும் சொல்லவில்லை. குடும்பத்திற்குக் கூட தெரியாது. அதைச் செய்யுங்கள். செய்தித்தாள்களில் வரும் அறிவிப்புகள் உங்களை மகிழ்விக்கின்றனவா?"

அருகருகே இரண்டு அறிவிப்புகள் இருந்தன. முதலாவது அவரது மனைவி மற்றும் மகனின் பெயர்கள். மற்றொன்று அவரது நிறுவனத்தினுடையது.

"உங்களுக்குத் தெரியுமா, ஃபுகுராவும் இப்படித்தான் இருந்தார்." கிகாவிடம் சைகைகளால் தடிமனான கழுத்து, தடிமனான மார்பு மற்றும் குறிப்பாக ஒரு பெரிய தொப்பையைக் குறிப்பிட்டார். "நீங்கள் கவனமாக இருப்பது நல்லது."

"நீங்கள் என்னைப் பற்றிக் கவலைப்பட வேண்டாம்."

"அவர்கள் அந்தப் பெரிய உடலை இரவில் எடுத்துச் சென்றனர்."

அவரை அழைத்துச் சென்றது யார்? சந்தேகமில்லை. வாகனத்தில் யாரோ எடுத்துச்சென்றனர். புகைப்படம் அவ்வளவு தெளிவானதாக இல்லை.

"அவர்கள் அதிலிருந்து தப்பித்துவிட்டதாகத் தெரிகிறது," என்று இறுதிச் சடங்கில் முதியவர் கிகா கிசுகிசுத்தார், "ஆனால் இதுபோன்ற விஷயங்கள் நடந்து கொண்டிருப்பதால், அந்த வீடு நீண்ட காலம் தாக்குப்பிடிக்குமா என்பது எனக்குச் சந்தேகம்."

"அநேகமாக இல்லை."

இன்றிரவு, முதியவர் ஃபுகுராவின் மரணம் எகுச்சிக்குத் தெரியும் என்பதை உணர்ந்த அந்த வீட்டின் பெண் அந்த ரகசியத்தை மறைக்க எந்த முயற்சியும் எடுக்கவில்லை. ஆனால், அவள் கவனமாக இருந்தாள்.

"அந்தப் பெண்ணுக்கு உண்மையில் அதைப் பற்றி எதுவும் தெரியாதா?" எகுச்சி தேவையில்லாமல் விடாப்பிடியாக இருந்தார்.

"அவளுக்குத் தெரிய வழியில்லை. ஆனால், அவர் வலியில் இருந்ததாகத் தெரிகிறது. அவள் மார்பில் கழுத்தில் ஒரு கீறல் இருந்தது. என்ன நடந்தது என்று அவளுக்கு நிச்சயமாகத் தெரியாது. "என்ன ஒரு மோசமான கிழவன்," என்று அவள் மறுநாள் காலை எழுந்ததும் சொன்னாள்."

"அவர் ஒரு மோசமான முதியவர். அவரது கடைசி போராட்டங்களில்கூட."

"உண்மையில், காயம் என்று சொல்ல முடியாது. சில இடங்களில் ரத்தம் கசிந்துள்ளது."

உறங்கும் அழகிகளின் இல்லம் | 113

அவள் இப்போது அவரிடம் எல்லாவற்றையும் சொல்லத் தயாராக இருந்தாள். அவர் நீண்ட நேரம் கேட்கத் தயாராக இல்லை.

பாதிக்கப்பட்டவர் ஒரு வயதானவர். அவர் எங்கோ ஒருநாள் கண்டிப்பாக இறக்க நேரிடும். ஒருவேளை அது மகிழ்ச்சியான மரணமாக இருக்கலாம். எகுச்சியின் கற்பனையில் அந்த பெரிய உடலை வெந்நீர் ஊற்று விடுதிக்குக் கொண்டு செல்வதுபோலிருந்தது.

"ஒரு முதியவரின் மரணம் என்பது விரும்பத்தகாத விஷயம். நீங்கள் அதைச் சொர்க்கத்தின் மறுபிறப்பு என்று நினைக்கலாம். ஆனால், அவர் வேறு வழியில் சென்றார் என்று நான் நம்புகிறேன்."

அவளிடம் எந்தப் பதிலும் இல்லை.

"அவருடன் இருந்த பெண்ணை எனக்குத் தெரியுமா?"

"அதை நான் உங்களிடம் சொல்ல முடியாது."

"ஓ"

"அவளுடைய தழும்பு போகும் வரை விடுமுறையில் இருப்பாள்."

"இன்னொரு கோப்பைத் தேநீர் கிடைக்குமா, எனக்குத் தாகமாக இருக்கிறது."

"நிச்சயமாக. நான் இலைகளை மாற்றுகிறேன்."

"நீங்கள் இதை அமைதிப்படுத்தி சமாளித்துவிட்டீர்கள். ஆனால், நீங்கள் வெகு விரைவில் இதை மூடிவிடுவோம் என்று நினைக்கவில்லையா?"

"நீங்கள் அப்படி நினைக்கிறீர்களா?" அவள் நடை அமைதியாக இருந்தது. அவள் தேநீர் தயாரிப்பதிலிருந்து நிமிர்ந்து பார்க்கவில்லை. "இந்த இரவில் பேய் வெளிவரலாம்."

"நான் அதனுடன் நன்றாகப் பேச விரும்புகிறேன்."

"எதைப் பற்றி?"

"சோகமான வயதான மனிதர்களைப் பற்றி."

"நான் கேலி செய்தேன்."

"அவர் தேநீர் பருகினார்.

"ஆமாம், நிச்சயமாக. நீங்கள் கேலி செய்தீர்கள். ஆனால், எனக்குள் ஒரு பேய் இருக்கிறது. உங்களுக்குள்ளும் ஒரு பேய் இருக்கிறது." வலது கையால் அந்தப் பெண்ணைச் சுட்டிக் காட்டினார். "அவர் இறந்துவிட்டார் என்று உங்களுக்கு எப்படித் தெரியும்?"

"விசித்திரமான முனகல் சத்தம் கேட்டு மேலே வந்தேன். அவரது சுவாசமும் துடிப்பும் நின்றுவிட்டன."

"அந்தப் பெண்ணுக்குத் தெரியாது" என்று அவர் மீண்டும் கூறினார்.

"நாங்கள் சில விஷயங்களை ஏற்பாடு செய்ததால், அவள் உறக்கத்திலிருந்து விழிக்க வாய்ப்பில்லை."

"என்ன விஷயம்? நீங்கள் உடலை வெளியே கொண்டு சென்றபோது அவளுக்குத் தெரியாதா?"

"தெரியாது."

"அப்படியென்றால் அந்தப் பெண் மோசமான நிலையில் இருப்பாள்."

"அடடா? அவளுக்கு என்ன மோசமான நிலை? இந்தப் பேச்சை நிறுத்திவிட்டு வேறு அறைக்குச் செல்லுங்கள். மற்ற பெண்களில் யாராவது பரிதாபமாகத் தோன்றியிருக்கிறார்களா?"

"ஒருவேளை இளமை என்பது ஒரு வயதானவருக்கு மோசமானதாக இருக்கலாம்."

உறங்கும் அழகிகளின் இல்லம் | 115

"அது என்ன பேச்சு?" மெலிதாகச் சிரித்துக்கொண்டே எழுந்து, தேவதாரு கதவுக்கு அருகில் சென்று, லேசாகத் திறந்து, உள்ளே பார்த்தாள். "சீக்கிரம் தூங்கிவிடு. இதோ இதோ." அவள் மேஜையிலிருந்து சாவியை எடுத்தாள். "நான் உங்களுக்கு ஒன்று சொல்ல வேண்டும். அங்கு இரண்டு பேர் இருக்கிறார்கள்."

"இரண்டா?" எகுச்சி திடுக்கிட்டார். முதியவர் ஃபுகுராவின் மரணம் ஒருவேளை இளம்பெண்களுக்குத் தெரிந்திருக்கலாம்.

"நீங்கள் எப்போது தயாராக இருக்கிறீர்களோ அப்போது உள்ளே செல்லலாம்." அந்தப் பெண் போய்விட்டாள்.

தன் முதல் வருகையின் ஆர்வமும் கூச்சமும் அவரை விட்டுப் போய்விட்டது. ஆனாலும், அவர் கதவைத் திறந்தவுடன் பின்வாங்கினார்.

இந்தப் பெண்ணும் பயிற்சியில் உள்ளவளா? ஆனால், அவள் மற்ற இரவில் வந்த 'இளம் பெண்' போலல்லாமல், காட்டுத்தனமாகவும் மேலும் முரட்டுத்தனமாகவும் தோன்றினாள். காட்டுத்தனம் அவரை முதியவர் ஃபுகுராவின் மரணத்தைக் கிட்டத்தட்ட மறக்கச் செய்தது. கதவின் அருகில் அந்தப் பெண் படுக்க வைக்கப்பட்டிருந்தாள். வயதானவர்கள் பயன்படுத்தும் மின்சாரப் போர்வைகள் போன்ற சாதனங்களுக்கு அவள் பழக்கமில்லாத காரணத்தினாலோ அல்லது அவளது உடலின் கதகதப்பு குளிர்காலத்தின் குளிரை வெகு தொலைவில் வைத்திருப்பதாலோ, அவள் படுக்கையை வயிற்றின் அடியில் தள்ளியிருந்தாள். அவள் கால்களை அகல விரித்து படுத்துக் கொண்டிருப்பது தெரிந்தது. அவள் முகத்தை நிமிர்த்தி, கைகளை வெளியே வீசினாள். முலைக்காம்புகள் பெரியதாகவும் கருமையாகவும் இருந்தன. மேலும், ஊதா நிற வார்ப்பு இருந்தது. கிரிம்சன் வெல்வெட் திரைச்சீலைகளின் வெளிச்சத்தில் அது ஓர் அழகான நிறமாக இல்லை. கழுத்து மற்றும் மார்பகத்தினுடைய தோலின்

நிறத்தை அழகு என்று கூற முடியாது. மேலும் அப்போதும் அது இருண்ட ஒளியுடன் இருந்தது.

அக்குளில் ஒரு மெல்லிய வாசனை வீசியது. "இதுதான் வாழ்க்கை," எகுச்சி முணுமுணுத்தார். அறுபத்தேழு வயது முதியவருக்கு இப்படி ஒரு பெண் உயிர் கொடுத்தாள். இளம்பெண் ஜப்பானியரா என்ற சந்தேகம் எகுச்சிக்கு இருந்தது. மார்பகங்களில் அகலம் இருந்தாலும் முலைக்காம்புகள் தட்டையாக இருந்ததால் அவளுக்கு இன்னும் இருபது வயது ஆகவில்லை என்று தெரிந்தது. உடல் உறுதியாக இருந்தது.

அவர் அவள் கையைப் பிடித்தார். விரல்களும் நகங்களும் நீளமாக இருந்தன. அவள் உயரமாகவும், நவீன யுவதியாகவும் இருந்தாள். அவளுக்கு என்ன வகையான குரல் இருக்கும். அவள் பேசும் விதம் எப்படி இருக்கும்? வானொலி மற்றும் தொலைக்காட்சிகளில் அவர் விரும்பிய குரல்களைக் கொண்ட எண்ணற்ற பெண்கள் இருந்தனர். அவர் கண்களை மூடிக்கொண்டு அவற்றைக் கேட்பார். இந்தப் பெண்ணின் குரலைக் கேட்க விரும்பினார். உறங்கிக் கொண்டிருந்த ஒரு பெண்ணிடம் பேசுவதற்கு நிச்சயமாக வழியில்லை. எப்படி அவளை அவரால் பேச வைக்க முடியும்? தூங்கிக் கொண்டிருக்கும் ஒருவரிடமிருந்து வந்த குரல் வித்தியாசமாக இருந்தது. பெரும்பாலான பெண்களுக்குப் பல குரல்கள் இருக்கும். ஆனால், இந்தப் பெண்ணுக்கு ஒன்று மட்டுமே இருக்கும். அவள் உறங்கிக் கொண்டிருந்த கோலத்திலிருந்து அவள் இதற்குப் பழக்கப்படாதவள் என்பதையும், எந்தவிதப் பாசாங்கும் இல்லாதவள் என்பதையும் அவரால் காண முடிந்தது.

நீண்ட விரல் நகங்களுடன் விளையாடிக் கொண்டு அமர்ந்திருந்தார். விரல் நகங்கள் மிகவும் கடினமாக இருந்ததா? இவை ஆரோக்கியமான இளம் விரல் நகங்களா? அவைகளுக்குக் கீழே இரத்தத்தின் நிறம் தெளிவாகத் தெரிந்தது. முதன்முறையாக அவள் மெல்லியதாக ஒரு நூல்

உறங்கும் அழகிகளின் இல்லம் | 117

தங்க நெக்லஸ் அணிந்திருந்ததை அவர் கவனித்தார். அவர் சிரிக்க விரும்பினார். அவள் படுக்கையை மார்புக்குக் கீழே தள்ளியிருந்தாலும், அவள் நெற்றியில் வியர்வைத் துளிகள் இருந்தன. பாக்கெட்டிலிருந்து ஒரு கைக்குட்டையை எடுத்து துடைத்தார். கைக்குட்டையில் வாசனை பலமாக இருந்தது. அவளது அக்குளையும் துடைத்தார். கைக்குட்டையை வீட்டிற்கு எடுத்துச் செல்ல முடியாது என்பதால், அதைத் துடைத்து அறையின் ஒரு மூலையில் எறிந்தார்.

"அவள் உதட்டுச்சாயம் போட்டிருந்தாள்." அது வெகு இயல்பாக இருந்தது. ஆனால், இந்தப் பெண்ணுடைய உதட்டுச்சாயம் அவரைச் சிரிக்க வைக்கிறது. சிறிதுநேரம் அதைப் பார்த்தார். "அவள் உதட்டில் அறுவைசிகிச்சை செய்திருக்கிறாளா?"

அவர் கைக்குட்டையை எடுத்து அவள் உதட்டுச்சாயத்தில் துடைத்தார். அறுவை சிகிச்சை செய்ததற்கான எந்தத் தடயமும் இல்லை. மேல் உதட்டின் மையப்பகுதி உயர்த்தப்பட்டதுப்போல இருந்தது. சுத்தமான கூர்மையான வெட்டப்பட்டது போல ஒரு கோடும் இருந்தது. அது விசித்திரமாகத் தெரிந்தது.

அவருக்கு நாற்பது வருடங்களுக்கு முன்பு கிடைத்த முத்தம் நினைவுக்கு வந்தது. தனக்கு முன்னால் இருந்த பெண்ணின் தோள்களில் தன் கைகளை மிக லேசாக வைத்து, அவர் உதடுகளை அவள் உதடுகளுக்குக் கொண்டு வந்தார். தலையை இடப்புறமும் வலப்புறமும் ஆட்டினாள்.

"இல்லை, இல்லை. என்னிடம் இல்லை."

"உங்களிடம் உள்ளது."

"இல்லை, இல்லை. என்னிடம் இல்லை."

எகுச்சி தன் உதடுகளைத் துடைத்து, இளஞ்சிவப்பு நிறத்தில் இருந்த கைக்குட்டையைக் காட்டினார்.

"ஆனால், உன்னிடம் இருக்கிறது. இதைப் பார்."

இளம்பெண் கைக்குட்டையை எடுத்து உற்றுப் பார்த்துவிட்டு, அதைத் தன் கைப்பையில் திணித்தாள்.

"என்னிடம் இல்லை," அவள் அமைதியாகத் தலையைத் தொங்கவிட்டு, கண்ணீருடன் வெம்பினாள்.

அவர்கள் மீண்டும் சந்திக்கவில்லை. அவள் கைக்குட்டையை என்ன செய்திருப்பாள்? ஆனால், கைக்குட்டையைவிட, அந்தப் பெண் என்னவானாள்? நாற்பது ஆண்டுகளுக்குப் பிறகும் அவள் இன்னும் உயிருடன் இருக்கிறாளா?

உறங்க வைக்கப்பட்ட பெண்ணின் கூர்மையான மேல் உதட்டால் அவளை மீட்டு அழைத்து வரும்வரை எத்தனை வருடங்கள் அவளை மறந்திருப்பார்? கைக்குட்டையில் உதட்டுச்சாயம் இருந்தது. அந்தப்பெண் அதைத் துடைத்தாள். அவளை அந்தப் படுக்கையிலேயே விட்டுவிட்டுச் சென்றிருந்தால், அவர் ஒரு முத்தத்தைத் திருடிவிட்டதாக அவள் நினைத்திருப்பாளா? இங்கே விருந்தினர்கள் நிச்சயமாக முத்தமிடலாம். முத்தமிடுவது தடைசெய்யப்பட்ட செயல் இல்லை. ஒரு மனிதன் எவ்வளவு முதுமையாக இருந்தாலும் முத்தமிடலாம். அந்தப் பெண் அவர்களைத் தவிர்க்க மாட்டாள், அவளுக்குத் தெரியாது. தூங்கும் உதடுகள் குளிர்ச்சியாகவும் ஈரமாகவும் இருக்கலாம். அவர் நேசித்த ஒரு பெண்ணின் இறந்த உதடுகள் அவருக்கு உணர்ச்சி மிகுந்த சிலிர்ப்பைக் கொடுக்கவில்லையா? வீட்டிற்கு அடிக்கடி வரும் முதியவர்களின் இருண்ட முதுமையை நினைத்துப் பார்க்கையில், எகுச்சியிடம் ஆசை வலுக்கவில்லை.

ஆனாலும் இந்த உதடுகளின் அசாதாரண வடிவம் அவரைத் தூண்டியது. எனவே, அத்தகைய உதடுகளைத்தான் அவர் நினைத்தார். மேல் உதட்டின் மையத்தைத் தனது சிறிய விரலால் லேசாகத் தொட்டார். காய்ந்திருந்தது. மேலும், தோல் தடிமனாகத் தெரிந்தது.

அந்தப் பெண் தன் உதடு ஈரப்பதம் ஆகும்வரை நாவினால் ஈரப்படுத்திக்கொண்டிருந்தாள். அவர் விரலை வெளியே எடுத்துவிட்டார்.

"அவள் தூங்கும்போது கூட முத்தமிடுவாளா?"

இருப்பினும் அவள் காதின் முடியைச் சுருக்கமாக வருடுவதை நிறுத்தினார். அது கரடுமுரடாகவும் கடினமாகவும் இருந்தது. அவர் எழுந்து ஆடைகளைக் களைந்தார்.

"உனக்குச் சளி பிடிக்கும். நீ எவ்வளவு ஆரோக்கியமாக இருக்கிறாய் என்பது எனக்குக் கவலையில்லை." *படுக்கைக்கு அடியில் அவள் கைகளை வைத்து அவள் மார்பகங்களை மூடினார். அவர் அவள் பக்கத்தில் படுத்துக் கொண்டார். அவள் திரும்பினாள். பின்னர், ஒரு பெருமூச்சுடன், அவள் கைகளைச் சட்டென்று வெளியே நீட்டினாள். முதியவர் முழுவதுமாகத் தள்ளப்பட்டார். அவர் தொடர்ந்து சிரித்துக்கொண்டிருந்தார். மிகவும் துணிச்சலான பயிற்சி பெற்றவள் என்று, அவர் தனக்குத்தானே கூறினார்.*

அவள் விழித்திருக்க முடியாத தூக்கத்தில் இருந்ததாலும், அவள் உடல் மரத்துப் போனதாலும், அவர் விரும்பியபடி செய்யலாம். ஆனால், அப்படி அந்தப் பெண்ணை வலுக்கட்டாயமாக எதுவும் செய்ய இப்போது வீரியம் எகுச்சியிடம் இல்லை. அல்லது அவர் அதை நீண்ட காலமாக மறந்துவிட்டார். அவர் ஒரு மென்மையான உணர்வுடன், ஒரு மென்மையான உறுதிமொழியுடன், அந்தப் பெண்ணை நெருங்கிய உணர்வுடன் அணுகினார். ஒருவரைக் கடினமாகச் சுவாசிக்க வைக்கும் சாகசம் அவரிடமிருந்து போய்விட்டது.

"எனக்கு வயதாகிவிட்டது," *என்று அவர் முணுமுணுத்தார். தூங்கும் பெண்ணின் நிராகரிப்பைப் பார்த்துச் சிரித்துக் கொண்டே அத்தகைய எண்ணங்களை நினைத்துக்கொண்டார்.*

மற்ற முதியவர்கள் வந்ததைப் போல இந்த வீட்டிற்கு வர அவருக்கு உண்மையில் தகுதி இல்லை. ஆனால், கருமையாகப்

பளபளக்கும் தோலைக் கொண்ட அந்தப் பெண்தான், அவரையும் ஓர் ஆணாகவும் அவருக்கு முன் பெரிய வாழ்க்கையை விட்டுச் சென்றிருக்கவில்லை என்பதையும் வழக்கத்தைவிட அதிக ஆர்வமாக உணர வைத்தது.

அந்தப் பெண்ணின் மீது தன்னை ஈடுபடுத்திக்கொள்வது என்பது இளமையைக் கிளற வைக்கும் மருந்து என்று அவருக்குத் தோன்றியது. 'உறங்கும் அழகிகளின் இல்லம்' என்று கொஞ்சம் சோர்வாகியிருந்தார். அவர் சோர்வடைந்தாலும் அவரது வருகைகளின் எண்ணிக்கை அதிகரித்தது. அவர் திடீரெனத் தன் ரத்தத்தில் ஒருவிதத் தூண்டுதலை உணர்ந்தார். அவர் அவள்மீது சக்தியைப் பிரயோகிக்க விரும்பினார், வீட்டின் விதியை மீறினார், அசிங்கமான நாசியை அழிக்க விரும்பினார். அதனால் தன்னை விளக்கிக்கொள்ள விரும்பினார். ஆனால், அந்தப் பெண்ணைக் கட்டாயப்படுத்தத் தேவை ஏற்படாது. உறங்கிக்கொண்டிருக்கும் அந்த இளம்பெண்ணின் உடலில் எந்த எதிர்ப்பும் இருக்கப்போவதில்லை. அவரால் எந்தச் சிரமமும் இல்லாமல் அவளின் கழுத்தை நெரிக்கவும் கூட முடியும். அந்த யோசனை அவரைவிட்டு உடனே விலகியது. ஒருவிதமான வெறுமையின் ஆழத்திற்கு இட்டுச்சென்றது. இருள் அவர்மீது முழுவதுமாக பரவியது. உயரமான அலைகள் அருகில் இருந்தன மற்றும் அதைப் பார்க்க வெகு தொலைவில் இருப்பதுபோல தோன்றியது. ஏனென்றால், இங்கு நிலத்தில் காற்று இல்லை. இரவின் இருண்ட கடலின் தரையைப் பார்த்தார். தன் முழங்கையை உயர்த்தி, அவர் தனது முகத்தைப் பெண்ணின் பக்கம் கொண்டு வந்தார். அவள் பலமாக மூச்சு விட்டாள். அவளை முத்தமிட வேண்டாம் என்று முடிவுசெய்து, மீண்டும் படுத்துக்கொண்டார்.

அவர் படுத்திருந்தது, அவள் அவரைத் தள்ளிவிட்டதுபோல் இருந்தது. அவர் மார்பு வெளியே இருந்தது. அவர் மற்றொரு பெண்ணிடம் சென்றார். அவள் எதிர்நோக்கி இருந்தாள்.

ஆனால், அவள் அவரை நோக்கி உருண்டபடி வந்தாள். அவள் உறங்கிக் கொண்டிருந்தாலும், இந்த வரவேற்பில் ஒரு மென்மையான ஆசை இருந்தது. ஒரு கை முதியவரின் இடுப்பில் வந்து விழுந்தது.

"ஒரு நல்ல பொருத்தம்." இளம் பெண்ணின் விரல்களில் விளையாடி, அவர் கண்களை மூடினார். சிறிய எலும்புகள் கொண்ட விரல்கள் மிருதுவாக இருந்ததால், அவை உடையாமல் காலவரையின்றி வளைந்திருக்கும் என்று தோன்றியது. அவர் அவற்றை வாயில் வைக்க விரும்பினார். அவளுடைய மார்பகங்கள் சிறியதாக இருந்தாலும் வட்டமாகவும் உயரமாகவும் இருந்தன. அவை அவரது உள்ளங்கையில் பொருந்தின. அவளது வளைவான இடுப்பும் அதேபோல இருந்தது. பெண் எல்லையற்றவள் என்று முதியவர் வருத்தத்துடன் நினைத்தார். கண்களைத் திறந்தார். அவளுக்கு நீண்ட கழுத்து இருந்தது. அதுவும் மெலிந்து அழகாய் இருந்தது. ஆனால், மெல்லிய தன்மை பழைய ஜப்பானிலிருந்து வேறுபட்டது. மூடிய கண் இமைகளில் இரட்டைக் கோடு தெரிந்தது. அதனால், ஆழமற்ற கண்களைத் திறந்தால் அது ஒற்றை வரியாக மாறும். அல்லது சில சமயங்களில் ஒற்றையாகவும் சில சமயங்களில் இரட்டிப்பாகவும் இருக்கலாம். அல்லது ஒரு கண்ணில் ஒற்றை வரியும் மறு கண்ணில் இரட்டைக் கோடும் இருக்கலாம். வெல்வெட் திரைச்சீலைகளின் வெளிச்சம் காரணமாக அவளது தோலின் நிறத்தை அவரால் உறுதியாக அறிய முடியவில்லை. ஆனால், முகம் பழுப்பு நிறமாகவும், கழுத்தில் வெண்மையாகவும், தோள்களில் சிறிது பழுப்பு நிறமாகவும், மார்பகங்களில் வெண்மையாகவும் இருந்தது. அது ஒருவேளை வெளுக்கப்பட்டிருக்கலாம்.

கருமையாக ஒளிரும் பெண் உயரமாக இருப்பதைப் பார்க்க முடிந்தது. இவள் மிகவும் குட்டையாகத் தெரியவில்லை. அவர் தன் காலை நீட்டினார். கருப்பு பெண்ணின் பாதத்தின் தடித்த தோலின் அடிப்பகுதிக்கு எதிராக

அவருடைய கால்விரல்கள் வந்தன. அது வழுவழுப்பாக இருந்தது. அவர் தனது கால்களை அவசரமாக இழுத்தார். ஆனால், திரும்பப் பெறுவது ஒரு அழைப்பாக மாறியது. முதியவர் ஃபுகுராவுக்குக் கடைசியாக வலிப்பு வந்தபோது, அந்தக் கருமையான நிறமுள்ள பெண்தான் அவருடைய கூட்டாளியா என்ற எண்ணம் அவர் மனதில் தோன்றியது. எனவே, இன்றிரவு இரண்டு பெண்கள் இருந்தனர்.

ஆனால், அப்படி இருக்க முடியவில்லை. ஃபுகுராவுடன் இருந்த இளம்பெண்ணின் கழுத்து மற்றும் மார்பகத்தின் மேல் உள்ள தழும்பு போகும் வரை விடுமுறையில் இருந்தாள். அந்த வீட்டுப் பெண் இந்தக் கணம் மட்டும் அவரிடம் அப்படிச் சொல்லியிருப்பாளா? அவர் மீண்டும் அந்தப் பெண்ணின் தடித்த தோலையுடைய உள்ளங்காலில் தன் பாதத்தை வைத்து, கருமையான சதையை மேல்நோக்கி ஆராய்ந்தார்.

“என் வாழ்க்கையின் அடுத்தக் கட்டத்தைத் தொடங்குங்கள்” என்று சொல்வது போல் அவருக்கு ஒரு பிடிப்பு வந்தது. அந்தப் பெண் மெத்தையையோ அல்லது அதற்குக் கீழே இருந்த மின்சாரப் போர்வையையோ தள்ளிவிட்டாள். ஒரு கால் வெளியே கிடந்தது. பனிக்காலத்தின் நடுக்குளிரில் அவளை அணைக்க விரும்புவதாக எண்ணி, அவள் மார்பகங்களையும் வயிற்றையும் உற்றுப் பார்த்தார். அவர் தலையை அவளது மார்பில் வைத்து இதயத்துடிப்பைக் கேட்டார். அது வலுவாக இருக்கும் என்று அவர் எதிர்பார்த்தார். ஆனால், அது ஈடுபாட்டுடன் அடக்கமாக இருந்தது. ஆனால், அது கொஞ்சம் சீரற்றதாக இல்லையா?

“உனக்குச் சளி பிடிக்கும்.” அவர் அவளைப் போர்வையில் மூடி அணைத்தார். ஒரு பெண்ணின் வாழ்க்கையின் இந்தக் காலகட்டம், சொல்லிக்கொள்ளும்படியாக இருக்காது என்று அவர் நினைத்தார். அவர் அவளைத் தள்ளப் போகிறார் என்று வைத்துக்கொள்வோம். அது எளிதானது.

முதியவருக்குக்கூட இது ஒரு பிரச்சினையாக இருக்காது. அவர் கைக்குட்டையை எடுத்து அவள் கன்னத்தைத் துடைத்தார். பெண்ணின் எண்ணெய் வாசனை அதிலிருந்து வந்தது போல் இருந்தது. அந்தப் பெண்ணின் இதயத்தின் ஓசை அவர் காதில் ஆழமாகக் கேட்டது. தன் இதயத்தில் கை வைத்தார். ஒருவேளை அது அவருடையது என்பதால் தான் என்னவோ, அது இரண்டிலும் வலிமையானதாகத் தோன்றியது.

அவர் அந்தப் பெண்ணின் பக்கம் திரும்பினார். அவரது பின்பக்கம் இருட்டாக இருந்தது. அவரது தொலைநோக்குப் பார்வை கொண்ட பழைய கண்களுக்கு அவளுடைய நன்கு வடிவமான மூக்கு மிகவும் அழகாகவும் நேர்த்தியாகவும் தோன்றியது. நீண்ட, மெல்லிய கழுத்தின் கீழ் கையை வைத்து அவளைத் தன் பக்கம் இழுப்பதை அவராலேயே தடுக்க முடியவில்லை. அவள் தலை அவரை நோக்கி மெல்ல நகர்ந்தபோது ஒரு இனிமையான வாசனை வந்தது. அது அவருக்குப் பின்னால் இருந்த கருப்பு பெண்ணின் கரடுமுரடான, கூர்மையான வாசனையுடன் கலந்தது. அவர் தனக்கு எதிரில் வெள்ளைப் பெண்ணைக் கொண்டு வந்தார். அவள் சுவாசம் குறுகியதாகவும் வேகமாகவும் இருந்தது. ஆனால், அவள் எழுந்திருப்பாள் என்று அவர் பயப்படத் தேவையில்லை. சிறிதுநேரம் அப்படியே கிடந்தார்.

"என்னை மன்னிக்கும்படி அவளிடம் கேட்கவா? இவள் என் வாழ்வின் கடைசிப் பெண்ணா?" அவருக்குப் பின்னால் இருந்த பெண் அவரை எழுப்ப முற்படுவது போல் தோன்றியது. அவரது கை வெளியே சென்றதுபோல உணர்ந்தார். அங்கே இருந்த சதை அவளுடைய மார்பகம்.

"அமைதியாக இரு. குளிர்கால அலைகளைக் கேட்டு அமைதியாக இரு." அவர் தன்னை அமைதிப்படுத்த முயன்றார்.

"இந்தப் பெண்கள் தூங்கவைக்கப்பட்டிருக்கிறார்கள். அவர்கள் முடங்கிப்போயிருக்கிறார்கள். அவர்களுக்கு ஏதாவது விஷம் அல்லது அதைவிட வீரியமான போதை மருந்து கொடுக்கப்பட்டிருக்கிறது." ஏன்? "பணத்திற்காக இல்லையென்றால் பின் எதற்காக?" ஆனாலும் அவர் தயங்கினார். ஒவ்வொரு பெண்ணும் ஒவ்வொருவரிடமிருந்து வித்தியாசமாக இருந்தார்கள். அது அவருக்குத் தெரியும். மேலும், முன்னால் இருந்தவர் மிகவும் வித்தியாசமானவராக இருந்தார். ஆறாத ஒரு காயத்தை அவள்மீது ஏற்படுத்த அவர் தயாராக இருந்தாரா? அறுபத்தேழு வயதான எகுச்சி, அவர் விரும்பினால், எல்லாப் பெண்களின் உடலும் ஒரே மாதிரியாக இருப்பதாக நினைக்கலாம். மேலும், இந்தப் பெண்ணிடம் உறுதிமொழியோ, மறுப்போ இல்லை. எந்தப் பதிலும் இல்லை. ஒரு சடலத்திலிருந்து அவளை வேறுபடுத்தியது அவளது சுவாசமும் மேலும் சூடான ரத்தமும்தான். உண்மையாகவே நாளைக் காலையில் உயிருடன் இருக்கும் பெண் விழித்தபோது, அவள் திறந்த கண்கள் கொண்ட சடலத்திலிருந்து மிகவும் வித்தியாசமாக இருப்பாளா? இப்போது அந்தப் பெண்ணிடம் அன்போ வெட்கமோ பயமோ இல்லை. அவள் எழுந்ததும் கசப்பும் வருத்தமும் இருக்கக்கூடும். யார் அழைத்துச் சென்றார்கள் என்று அவளுக்குத் தெரியாது. அது ஒரு வயதான மனிதர் என்று அவளால் அனுமானிக்க முடியும். வீட்டுப் பெண்ணிடமும் அவள் சொல்ல மாட்டாள். இந்த முதியோர் இல்லத்தின் ஆட்சி உடைக்கப்பட்டுவிட்டது என்பதை அவள் இறுதிவரை மறைப்பாள். அதனால், தன்னைத் தவிர வேறு யாருக்கும் தெரியாது. அவளுடைய மென்மையான தோல் எகுச்சியுடன் ஒட்டிக்கொண்டது. கருப்புப் பெண்ணுக்கு, குளிராக இருந்ததால் போர்வையின் பக்கம் திரும்பினாள். அவளது நிர்வாணமான உடலுக்குப் பின்னால் எகுச்சியின் உடல் அழுந்தியது. அவளுடைய பாதங்களுக்கு இடையில் வெள்ளைப் பெண்ணின் பாதம் இருந்தது. எகுச்சி தன் பலம் தன்னை விட்டு விலகுவதை

உணர்ந்து மீண்டும் சிரிக்க விரும்பினார். தூக்க மருந்தை கையில் எடுத்தார். அவர் அப்பெண்களுக்கு இடையே இறுக்கமாக பிணைக்கப்பட்டிருந்தார். மேலும், சிரமத்துடன் மட்டுமே நகரும்படி இருந்தது. வெள்ளைப் பெண்ணின் நெற்றியில் கை வைத்துக்கொண்டு, மாத்திரைகளை இயல்பாகப் பார்த்தார்.

"இன்றிரவு நான் அவர்கள் இல்லாமல் போகட்டுமா?" அவர் முணுமுணுத்தார்.

இது ஒரு வலுவான போதை மருந்து. அவர் அனாயாசமாக உறங்கி விடுவார். வீட்டிற்கு வரும் முதியவர்கள் அனைவரும் விருப்பத்துடன் தான் இந்த மருந்தைச் சாப்பிட்டார்களா என்ற எண்ணம் அவருக்கு முதல்முறையாக தோன்றியது. ஆனால், தூக்கத்தில் தொலைந்த நேரங்களுக்காக வருந்தி, அவர்கள் அதை எடுத்துக் கொள்ளாமல் இருந்தால்? அது முதுமையின் அசிங்கத்தை அதிகரிக்கவில்லையா? அந்த அசிங்கமான தோழமைக்குள்தான் இன்னும் நுழையவில்லை என்று நினைத்தார். மீண்டும் ஒருமுறை மருந்தை எடுத்துக்கொண்டார். அவர் ஒருமுறை கூறியது, அவருக்கு ஞாபகம் வந்தது. அந்தப் பெண் சாப்பிட்ட மருந்து தனக்கு வேண்டும் என்று. வயதான ஆண்களுக்கு ஆபத்து என்று அந்தப் பெண் பதிலளித்திருந்தார். அவர் அவளை வற்புறுத்தவில்லை.

"ஆபத்து" ஒருவர் தூக்கத்தில் இறப்பதைப் பரிந்துரைத்ததா? அதில் எகுச்சியும் இருந்தார். ஆனால், சாதாரணச் சூழ்நிலையில் இருக்கும் ஒரு முதியவர். மனிதனாக இருந்ததால், அவர் அவ்வப்போது ஒரு தனிமையான வெறுமையில், விரக்தியில் விழுவார். இது இறப்பதற்கு மிகவும் விரும்பத்தக்க இடமாக இருக்காதா? ஆர்வத்தைத் தூண்டுவதற்கு, உலகத்தின் இகழ்ச்சியை அழைப்பதற்கு இவை அவருடைய வாழ்க்கையைச் சரியான மரணத்துடன் முடிப்பதாக இருக்காதா? அவருக்குத் தெரிந்தவர்கள் அனைவரும்

ஆச்சரியப்படுவார்கள். அவர் தனது குடும்பத்திற்குச் செய்யும் காயத்தைக் கணக்கிட முடியவில்லை. உதாரணமாக, இன்றிரவு இரண்டு இளம்பெண்களுக்கு இடையே அவர் தூக்கத்தில் இறப்பது - ஓர் ஆணின் கடைசி வருடங்களில் அதுவே அவனின் இறுதி விருப்பமாக இருக்காது? இல்லை, அது அப்படி இல்லை. முதியவர் ஃபுகுராவைப் போலவே, அவர் ஒரு பரிதாபகரமான வெந்நீர் நீரூற்று விடுதிக்கு அழைத்துச் செல்லப்படுவார், மேலும் அவர் தூக்க மருந்தை அதிகமாக உட்கொண்டதால் தற்கொலை செய்து கொண்டார் என்று மக்கள் கூறுவார்கள். தற்கொலைக் குறிப்பு எதுவும் இல்லாததால், அவர் எதிர்நோக்கும் வாய்ப்புகள் குறித்து விரக்தியில் இருந்ததாகக் கூறப்படும். அந்த வீட்டு பெண்ணின் மெல்லிய சிரிப்பை அவரால் பார்க்க முடிந்தது.

"முட்டாள்தனமான யோசனைகள். நான் துரதிர்ஷ்டத்தை வரவழைக்க விரும்பினால்."

அவர் சிரித்தார். ஆனால், அது ஒரு பிரகாசமான சிரிப்பு அல்ல. தூக்க மருந்து அதன் வேலையைச் செய்யத் தொடங்கியது.

"சரி" என்று முணுமுணுத்தார். "நான் அவளை எழுப்பி, அவர்களிடம் இருந்ததை எனக்குக் கொடுக்கச் செய்வேன்."

ஆனால், அவள் சம்மதிக்க வாய்ப்பில்லை. எழுந்திருக்க ஆர்வமில்லை. உண்மையில் மற்ற மருந்துகளை அவர் விரும்பவில்லை. முகத்தை மேலே பார்த்தபடி படுத்துக்கொண்டு, இரண்டு இளம் பெண்களைச் சுற்றி, மென்மையான, அடக்கமான, மணம் கொண்ட ஒரு கழுத்திலும் மேலும் கடினமான, வழவழப்பான மற்றொரு கழுத்திலும் கைகளைப் போட்டுக்கொண்டார். அவருக்குள் ஏதோ பாய்ந்தது. இடப்புறமும் வலப்புறமும் இருந்த கருஞ்சிவப்புத் திரைகளைப் பார்த்தார்.

"ஆ."

"ஆ!" பார்க்கும்போது கருப்புப் பெண்தான் பதிலளிப்பது போல் தோன்றியது. அவள் அவர் மார்பின் மீது கையைப் போட்டார். அவள் வலியில் இருந்தாளா? அவர் கையை விலக்கி அவள் பக்கமாகத் திரும்பினார். தன் கையால் அவர் வெள்ளைப் பெண்ணின் இடுப்பில் உள்ள வளைவைத் தழுவினார். கண்களை மூடிக்கொண்டார்.

"என் வாழ்க்கையின் கடைசிப் பெண்? நான் ஏன் அப்படி நினைக்க வேண்டும்? ஒரு நிமிடம்." மேலும், அவரது வாழ்க்கையில் முதல் பெண் யார்? அவருக்கு மயக்கத்தை விட தூக்கம் குறைவாகவே இருந்தது.

ஓர் எண்ணம் அவர் மனதில் பளிச்சிட்டது. அவர் வாழ்வில் முதல் பெண் அவரது தாயாக இருந்தார். "நிச்சயமாக. அம்மாவைத் தவிர வேறு யாராக இருக்க முடியும்?" எதிர்பாராத உறுதிமொழியைப் போல் அது தோன்றியது. "ஆனால், அம்மாவை என்னுடைய பெண் என்று சொல்ல முடியுமா?"

இந்த அறுபத்தேழு வயதில், அவர் இரண்டு நிர்வாணப் பெண்களுக்கு இடையில் படுத்திருக்கையில், ஒரு புதுவித உண்மை அவர் உள்ளத்திலிருந்து எழுந்தது. அது தெய்வ நிந்தனையா, அல்லது ஏக்கமா? ஒரு கனவை விரட்டுவது போல் கண்களைத் திறந்து கண் சிமிட்டினார். ஆனால், மருந்து வேலை செய்துகொண்டிருந்தது. அவருக்கு மந்தமான தலைவலி உண்டானது. தூக்கத்தில், அவர் தனது தாயின் உருவத்தைப் பின்தொடர்ந்தார்; பின்னர் அவர் பெருமூச்சு விட்டு, ஒவ்வொரு பெண்களின் மார்பகத்தையும், தனது உள்ளங்கையில் ஏந்தினார். வழுவழுப்பான ஒன்று மற்றும் எண்ணெய் வடியும் ஒன்று. கண்களை மூடிக்கொண்டார்.

எகுச்சியின் தாய் அவருக்குப் பதினேழு வயது இருந்தபோது ஒரு குளிர்கால இரவில் இறந்துவிட்டார். எகுச்சியும் அவரது தந்தையும் அவள் கைகளைப் பிடித்தனர். அவள் நீண்ட காலமாகக் காசநோயால் பாதிக்கப்பட்டிருந்தாள்.

அவளுடைய கைகள் ஒல்லியாகவும் மற்றும் எலும்புகள் தெரிவதுபோலவும் இருந்தன. ஆனால், அவளுடைய பிடி மிகவும் வலுவானது. எகுச்சியின் விரல்கள் வலித்தது. அவள் கையின் குளிர்ச்சி அவரது தோள் வரை சென்றது. கால்களை மசாஜ் செய்து கொண்டிருந்த செவிலி அமைதியாக அங்கிருந்து வெளியேறினாள். அவள் அநேகமாக மருத்துவரை அழைக்கச் சென்றிருக்கலாம்.

"யோஷியோ. யோஷியோ." அவனுடைய அம்மா சிறு மூச்சுத் திணறலுடன் அழைத்தாள். எகுச்சி புரிந்துகொண்டு, அவள் வேதனைப்பட்ட மார்பைத் தடவினான். அவன் அவ்வாறு செய்யும்போது அவள் அதிக அளவு ரத்த வாந்தி எடுத்தாள். அவள் மூக்கிலிருந்தும் ரத்தம் கொப்பளித்து வந்தது. அவள் மூச்சை நிறுத்தினாள். அவளிடம் இருந்த துணி மற்றும் துண்டுகள், தலையணை யாவும் ரத்தத்தைத் துடைக்கப் போதுமானதாக இல்லை.

"யோஷியோ, உன் சட்டையில் அதைத் துடை" அவரது தந்தை கூறினார். "நர்ஸ், நர்ஸ்! ஒரு பாத்திரமும் தண்ணீர் கொண்டு வாருங்கள். ஆம், மேலும் ஒரு புதிய தலையணை, இரவு ஆடை மற்றும் தாள்களையும் கொண்டு வாருங்கள்."

வயதான எகுச்சி தனது தாயைத் தனது வாழ்க்கையில் முதல் பெண் என்று நினைத்தபோது, அவரது மரணத்தைப் பற்றியும் நினைத்தார்.

"ஆ!" அந்த ரகசிய அறையைச் சுற்றியிருந்த திரைச்சீலைகள் ரத்தத்தின் நிறமாகத் தெரிந்தன. அவர் கண்களை இறுக்கமாக மூடினார். ஆனால், அந்தச் சிவப்பு மறைந்துவிடவில்லை. போதையில் பாதி தூக்கத்தில் இருந்தார். இரண்டு பெண்களின் புதிய இளம் மார்பகங்கள் அவரது இரு கைகளின் உள்ளங்கையில் இருந்தன. அவருடைய மனசாட்சியும் அவருடைய காரணங்களும் மரத்துப் போயிருந்தன. அவருடைய கண்களின் ஓரங்களில் கண்ணீர் வழிந்தோடியது.

ஏன், இப்படி ஒரு இடத்தில், தன் தாயைத் தன் வாழ்வின் முதல் பெண்ணாக நினைத்தார்? ஆனால், அம்மாதான் முதல் பெண் என்ற எண்ணம், பிற்காலப் பெண்களைப் பற்றிய சிந்தனையை வரவழைக்கவில்லை. உண்மையில் அவரது முதல் பெண் அவரது மனைவி. மிகவும் சரியானது. ஆனால், அவரது வயதான மனைவி, தனது மூன்று மகள்களைத் திருமணம் செய்து அனுப்பியதால், இந்தக் குளிர்கால இரவில் தனியாகத் தூங்குவார். அல்லது அவள் இன்னும் விழித்திருப்பாளா? அலைகளின் சத்தம் அவளுக்குக் கேட்காது. ஆனால், இரவின் குளிர் இங்கே இருப்பதைவிடக் கடுமையாக இருக்கும். தன் கைகளில் இருந்த இரண்டு மார்பகங்கள் என்னவென்று தனக்குத்தானே கேட்டுக் கொண்டார். அவர் இறந்தபோதும் அவர்கள் வெதுவெதுப்பான ரத்தத்துடன் ஓடிக்கொண்டிருப்பார்கள். மேலும், அந்த உண்மைக்கு என்ன அர்த்தம்? எந்தப் பதிலும் இல்லை. ஏனென்றால், மார்பகங்களும் தூக்கத்தில் ஆழ்ந்திருந்தன. அவளுடைய கடைசி நேரத்தில், அவர் தன் தாயின் மார்பைத் தடவியபோது, அவளுடைய வாடிய மார்பகங்களை அவர் நிச்சயமாக உணர்ந்தார். அவை மார்பகங்களைப் போல இருக்கவில்லை. அவருக்கு இப்போது அவைகள் நினைவில் இல்லை. அவர் குழந்தையாக இருந்தபோது ஒருநாள் தடுமாறித் தூங்கச் சென்றதுதான் அவருக்கு நினைவுக்கு வந்தது.

முதியவர் எகுச்சி இறுதியாக உறக்கத்தால் இழுக்கப்பட்டார். அவர் தனது கைகளை இளம்பெண்களின் மார்பகத்திலிருந்து மிகவும் வசதியான நிலைக்குக் கொண்டு வந்தார். அவர் கருப்புப் பெண்ணின் பக்கம் திரும்பினார். ஏனென்றால், அவளுடைய வாசனை வலுவாக இருந்தது. அவளது வேகமாக மூச்சு அவர் முகத்தைத் தாக்கியது. அவள் வாய் லேசாகத் திறந்திருந்தது.

“ஒரு வளைந்த பல். அழகான ஒன்று.” அதை அவர் விரல்களுக்கு இடையில் எடுத்தார். அவளுக்குப் பெரிய பற்கள் இருந்தன. ஆனால், இது சிறியது. அவள் மூச்சு

அவரை நோக்கி வராமல் இருந்திருந்தால், எகுச்சி பல்லில் முத்தமிட்டிருக்கலாம். கடுமையான வாசனை அவரது தூக்கத்தில் குறுக்கிட, அவர் திரும்பினார். அப்போதும் அவளது மூச்சுக்காற்று அவர் கழுத்தில் பட்டது. அவள் குறட்டை விடவில்லை. ஆனால், அவள் குரல் மூச்சு விடுவது போல் இருந்தது. அவர் தோள்களைக் குனிந்து, தன் கன்னத்தை அந்த வெள்ளைப் பெண்ணின் நெற்றியில் கொண்டு வந்தார். அவள் ஒருவேளை முகம் சுளிக்கலாம். ஆனால், அவள் சிரிக்கிறாள் என்று தோன்றியது. கருப்புப் பெண்ணின் எண்ணெய் தோல் அவருக்குப் பின்னால் விரும்பத்தகாததாக இருந்தது. அது குளிராகவும் வழுக்கவும் செய்தது. அவர் தூங்கிப் போனார்.

இரண்டு பெண்களுக்கு இடையே தூங்குவதில் சிரமம் இருந்ததால் எகுச்சிக்குத் தொடர்ச்சியாகக் கெட்ட கனவுகள் வந்தன. அவற்றுக்கிடையில் எந்த இழைகளும் இல்லை. ஆனால், அவை தொந்தரவு செய்யும் சிற்றின்பமாக இருந்தன. அவற்றுள் கடைசியாக அவர் தேனிலவு முடிந்து வீட்டிற்கு வந்தபோது, செம்பருத்தி போன்ற மலர்கள் மலர்ந்து அலைவதைக் கண்டு, அவை கிட்டத்தட்ட வீட்டைப் புதைத்துவிட்டன. இது சரியான வீடுதானா என்று யோசித்தவர், உள்ளே செல்ல தயங்கினார்.

"வீட்டிற்கு வாருங்கள். ஏன் அங்கேயே நிற்கிறீர்கள்?" இறந்த அவரது தாயார் அவர்களை வாழ்த்தினார். "உன்னுடைய மனைவி எங்களைப் பார்த்து பயப்படுகிறாளா?"

"அம்மா, ஆனால் இந்தப் பூக்கள்?"

"ஆமாம்" என்றாள் அவர் தாய். "உள்ளே வா."

"தவறான வீட்டுக்கு வந்திருக்கிறோம் என்று நினைத்தேன். தவறு செய்திருக்க முடியாது. ஆனால், அது என்ன பூக்கள்!"

அவர்களுக்குச் சம்பிரதாயமான உணவு ஏற்பாடு செய்யப்பட்டிருந்தது. அவள் மணமகளுடன் வாழ்த்துகளைப்

பரிமாறிக்கொண்ட பிறகு, எகுச்சியின் தாய் சூப்பைச் சூடாக்க சமையலறைக்குள் சென்றாள். அவருக்குக் கடற்பாசி வாசனையை முகர்ந்தார். அவர் பூக்களைப் பார்க்க வெளியே சென்றார். அவருடைய மனைவியும் அவருடன் சென்றாள்.

"அழகாய் இருக்கிறதா" என்றாள்.

"ஆம்." அவளைப் பயமுறுத்த விரும்பாமல், அவைகள் இதற்குமுன்பு இங்கு இருந்ததில்லை என்று அவர் சொல்லவில்லை.

அவைகளில் குறிப்பிட்ட ஒரு பெரியதைப் பார்த்தார். இதழ்களில் ஒன்றிலிருந்து ஒரு சிவப்பு துளி கசிந்தது.

முதியவர் எகுச்சி முனகிக்கொண்டே எழுந்தார். அவர் தலையை ஆட்டினார். ஆனால், அவர் இன்னும் மயக்கத்தில் தான் இருந்தார். அவர் கருப்புப் பெண்ணைப் பார்த்தவாறு இருந்தார். அவள் உடல் குளிர்திருந்தது. அவர் எழுந்தார். அவள் மூச்சு விடவில்லை. அவர் அவளது மார்பகத்தைக் கவனித்தார். துடிப்பு இல்லை. அவர் துள்ளிக் குதித்தார். குதித்ததில் அவர் நிலைதடுமாறி விழுந்தார். பலமாக நடுங்கியபடியே அடுத்த அறைக்குள் சென்றார். அழைப்பு பொத்தான் சிறிய அறையில் இருந்தது. கீழே காலடிச் சத்தம் கேட்டது.

"நான் தூக்கத்தில் அவளது கழுத்தை நெரித்துவிட்டேனா?" அவர் கிட்டத்தட்ட ஊர்ந்து சென்று, மற்றொரு அறைக்குத் திரும்பி அந்தப் பெண்ணைப் பார்த்தார்.

"ஏதாவது பிரச்சினையா?" அந்த வீட்டுப் பெண் உள்ளே வந்தாள்.

"அவள் இறந்துவிட்டாள்." அவர் பற்கள் நடுங்கின.

அந்தப் பெண் தன் கண்களைத் துடைத்துக்கொண்டு நிதானமாக அந்தப் பெண்ணைப் பார்த்தாள். "இறந்து விட்டாளா? அப்படி நடக்க வாய்ப்பில்லையே."

"அவள் இறந்துவிட்டாள், அவள் சுவாசிக்கவில்லை, துடிப்பு இல்லை." அவளது முகபாவனை மாறியது, அவள் கருப்புப் பெண்ணின் அருகில் மண்டியிட்டாள்.

"இறந்துவிட்டாள், இல்லையா?"

அந்தப் பெண் படுக்கையைத் திருப்பிப் போட்டு, இளம் பெண்ணைப் பரிசோதித்தாள். "நீங்கள் அவளை ஏதாவது செய்தீர்களா?"

"எதுவும் செய்யவில்லை."

"அவள் சாகவில்லை" என்று வலுக்கட்டாயமாக வரவழைக்கப் பட்ட இயல்புடன் சொன்னாள். "நீங்கள் கவலைப்பட வேண்டாம்."

"அவள் இறந்துவிட்டாள், மருத்துவரைக் கூப்பிடு."

அந்தப் பெண் எந்தப் பதிலும் சொல்லவில்லை.

"அவளுக்கு என்ன கொடுத்தாய்? ஒருவேளை அவளுக்கு ஒவ்வாமை ஏதாவது இருந்திருக்கலாம்."

"அமைதியாக இருங்கள். உங்களுக்கு எந்தப் பிரச்சினையும் வராது. உங்கள் பெயரைச் சொல்ல மாட்டோம்."

"அவள் இறந்துவிட்டாள்."

"இல்லை என்று நினைக்கிறேன்."

"மணி என்ன?"

"நான்கைத் தாண்டியிருக்கும்."

உறங்கும் அழகிகளின் இல்லம் | 133

அந்தக் கருப்பான நிர்வாண உடலைத் தூக்கியபோது அவள் தள்ளாடினாள்.

"நான் உங்களுக்கு உதவுகிறேன்."

"கவலைப்படாதீர்கள். கீழே ஒருவர் இருக்கிறார்."

"அவள் கனமாக இருக்கிறாள்."

"தயவுசெய்து, நீங்கள் கவலைப்பட வேண்டாம், மீண்டும் தூங்குங்கள். அங்கே இன்னொரு பெண் இருக்கிறாள்."

அங்கே மற்றொரு பெண் இருந்தாள். எந்தவொரு கருத்தும் அவரை இவ்வளவு கடுமையாக இதுவரை தாக்கியதில்லை. நிச்சயமாக, வெள்ளைப்பெண் இன்னும் அடுத்த அறையில் தூங்கிக் கொண்டிருந்தாள்.

"இதற்குப் பிறகு நான் தூங்குவேன் என்று எதிர்பார்க்கிறீர்களா?" அவர் குரலில் கோபம் இருந்தாலும் பயமும் இருந்தது. "நான் வீட்டுக்குப் போகிறேன்."

"தயவுசெய்து வேண்டாம். இந்த நேரத்தில் போவது சரியாக இருக்காது."

"என்னால் மீண்டும் தூங்க முடியாது."

"நான் இன்னும் மருந்து கொண்டு வருகிறேன்."

அவள் கருப்புப் பெண்ணைக் கீழே இழுத்துச் செல்லும் சத்தத்தை அவர் கேட்டார். இரவு கிமோனோவில் நின்றுகொண்டு, முதன்முறையாக அவர் மீது குளிர் அழுத்துவதை உணர்ந்தார். அந்தப் பெண் இரண்டு வெள்ளை மாத்திரைகளுடன் திரும்பி வந்தாள்.

"இங்கேயே இருங்கள். நாளை தாமதாக எழுந்திருங்கள்."

"ஓ?" அவர் அடுத்த அறையின் கதவைத் திறந்தார். குழப்பத்தில் அவர்கள் காகிதங்களை விட்டுச் சென்றிருந்தனர். மேலும்,

அந்த வெள்ளைப் பெண் நிர்வாணமாக பிரகாசிக்கும் அழகில் இருந்தாள்.

அவர் அவளைப் பார்த்தார்.

ஒரு வாகனம் செல்லும் சத்தத்தை அவர் கேட்டார். அநேகமாகக் கருப்புப் பெண்ணின் உடலாக இருக்கலாம். முதியவர் ஃபுகுரா அழைத்துச் செல்லப்பட்ட சந்தேகத்திற்குரிய விடுதிக்குத்தான் அவளும் அழைத்துச் செல்லப்பட்டாளா?

●